chuyện tình xẻo rô

Chuyện Tình Xẻo Rô
chuyện quê nam

tập truyện

phan ni tấn

Nhân Ảnh

2025

CHUYỆN TÌNH XẺO RÔ
Tập truyện Phan Ni Tấn
Bìa La Thanh Hiền - Sông Hương
Nhân Ảnh, 2025
Copyright © 2025 by Phan Ni Tan

MỤC LỤC

Lời Ngỏ	7
Con Rạch Bầu Nhum	9
Cù Lao Tắc Cậu	17
Con Đò Thủ Thiêm	23
Đồng Giữa	29
Gió Đưa Cây Bẹo	37
Nền Vua	43
Uyên Ương Gãy Cánh	51
Chuyện Tình Lẻ Một Tháng Lẻ Một Ngày	57
Mối Dây Kỳ Ngộ	63
Tình Muộn	67
Tiếng Đờn Cò Cần Giuộc	73
Tử Sanh Hữu Mạng	77
Nội Về Cần Giuộc	85
Út Hồng À…	89
Con Le Hàng Xóm	95
Con Chàm Quạp	101
Bồ Tát Đình	115
Con Út Mót	119
Anh Năm Cù Lao	125

Con Gái Của Sói Già	131
On Ơi On Sà Lanh Bol Tê	137
Đập Vỡ Cây Đàn	143
Chuyện Tình Xẻo Rô	151
Người Tôi Yêu	155
Xích Lô	161
Gác Xép	165
Hồi Ký Lương Hữu Thế	171
Con Chèm Chẹt	185
A Nứng	191
Chuyện Ông Tây Ở Hòn Đất	195
Vệ Sĩ Của Chúa Nguyễn	201
Cú Đá Trời Sập	209
Cửa Sông Bồ Đề	217
Giấc Mơ Của Cả Khuôn	221
Mối Tình Đầu	227
Tay Vịn Cần Thơ	231
Người Về Hoài Cổ	235
Hồ Biểu Chánh Và Tiếng Phật	239
Người Rạch Giá Bình Thường	247
Rạch Giá Ngồi Một Mình	251
Đường Biển	257

Lời Ngỏ

Chuyện Tình Xẻo Rô gồm 25 truyện ngắn viết về những mẩu chuyện thuộc vùng đất quê Nam, khởi từ Hòn Ngọc Viễn Đông xuống miệt Hậu Giang. Bối cảnh văn minh Miệt Vườn trong tập truyện này tuy dính dấp tới quá khứ nhưng thời gian hầu hết đều thuộc về những năm tháng gần đây, nên người đọc sẽ không tìm thấy cảnh đời của cha ông những ngày đầu đi khai phá, không có cảnh dưới sông sấu lội, trên rừng cọp đua, cũng không có những thế lực áp bức bóc lột dân lành phiêu lưu đi tìm đất mới, mở mang bờ cõi từ cuối thế kỷ XVII.

Lần về vùng đất cũ trong tập **Chuyện Tình Xẻo Rô** với những mẩu chuyện dân gian đa dạng gợi lên niềm nhớ thương xao xuyến giữa cuộc đời nhọc nhằn, thô tháp, người đọc sẽ cảm thấy tự đáy lòng mình dâng lên từng đợt sóng cảm hoài. Ở đó ta sẽ nhận thấy rõ thân phận con người buồn vui sướng khổ qua những khung cảnh của thiên nhiên, của nhân tình thế thái, văn hóa và cả chính trị của đất nước ở thời đại chúng ta.

Những mẩu chuyện *Nền Vua, Vệ Sĩ Của Chúa Nguyễn, Con Đò Thủ Thiêm, Con Chèm Chẹt, Rạch Giá Ngồi Một Mình, Tử Sanh Hữu Mạng, Tiếng Đờn Cò Cần Giuộc, On Ơi On…*, đề tài tuy cũ nhưng nội dung lại mới; cũ của vùng đất quê Nam song mới ở cách hành văn đặc sệt giọng Nam kỳ, cách kể chuyện bằng giọng điệu miệt vườn mới, lề lối sinh hoạt của con người mới trong xã hội mới.

Con Rạch Bầu Nhum

Chú Tôi thím Tìa sanh cùng ngày cùng tháng cùng năm tại ấp Bầu Nhum, tỉnh Rạch Giá. Thuở ấy, ấp Bầu Nhum cất dọc hai bên con rạch đâu trên dưới 40 căn, toàn mái tranh vách lá. Nghèo xác xơ vậy mà ấp cũng mở được một lớp học cho con cái tới học ba chữ i tờ. Ở cạnh nhà, chú Tôi thím Tìa cùng ghi tên nhập học với đám con nít lên năm lên ba. Học được một thời gian chú thím cùng nghỉ học để phụ giúp gia đình làm ruộng, giăng câu sống qua ngày. Sau rốt cả hai... phải lòng nhau mà thành vợ thành chồng. Nghĩa là từ nhỏ tới lớn trời xui đất khiến chú Tôi và thím Tìa cái giống gì cũng long phụng kỳ hòa, loan phượng song đôi, long lân sánh cặp ráo trọi.

Ở Bầu Nhum ai cũng lấy làm lạ về gia cảnh chú thím Tôi. Ngay cả sui gia cũng thiệt lạ đời. Cùng một ngày cả hai ông sui đồng thanh khóc vợ. Bà thì bị rắn mái gầm cắn ở ngoài đồng, chết trên đường chở tới bịnh viện tỉnh. Nội chèo qua rạch Năm Nám, rạch Tư Đương, băng qua sông Chắc Băng cũng đủ tắt thở rồi. Bà thì trèo cây ăn ong ở tận miệt U Minh Thượng bị tổ ong vò vẽ rớt trúng đầu. Sống gì nổi. Hai bà cùng tuổi, chết cùng ngày. Sống thì sát vách họ hò hẹn sao đó mà kiếp này sống chết có nhau. Lại nữa, nghĩ thấy tội nghiệp. Sui gia nào cũng sanh độc một đứa nhau, chết hai bà lại nằm cạnh nhau. Như thể kiếp trước họ hò hẹn sao đó mà kiếp này sống chết có nhau. Lại nữa, nghĩ thấy tội nghiệp. Sui gia nào cũng sanh độc một đứa con như hủ mắm treo đầu giường. Chỉ khác một điều duy nhất là, hai ông sui vốn là bậc võ sư Bình

Định gia truyền nên tía của chú Tôi truyền thụ võ nghệ cho chú, còn thím Tìa thì tía thím truyền.

Thật ra xưa kia ông là con cháu ba đời của nghĩa sĩ Tây Sơn nối giòng. Sau khi nhà Tây Sơn sụp đổ, tiên phụ của hai ông phải bỏ xứ Bình Định chạy về tận miệt Sóc Xoài, Rạch Giá lánh nạn Có lẽ tiên phụ nằm trong nhóm nghĩa quân Tây Sơn từng đánh đuổi Nguyễn Ánh chạy qua vùng đất chim kêu vượn hú này nên để nhớ lại biến cố lịch sử mà đặt tên cho cuộc đất khẩn hoang là Tây Sơn chăng? Ở Tây Sơn, họ mau chóng bỏ đồ đao, cởi lớp áo huyền biến thành dân dã lên rừng đốn củi, làm ruộng rẫy ẩn nhẫn sống qua ngày. (Nghe nói trước 1975 ở Tây Sơn vẫn còn một góc nền gạch vụn chìm giữa đám rừng hoang dã mà cánh tiều phu cho đó là đồn lũy Tây Sơn còn sót lại).

Từ đó, lần theo năm tháng đã đẩy bước chân cần lao của họ qua nhiều cuộc đất. Khởi từ Tây Sơn, tới Cây Xoài, qua Bầu Láng, vô Đồng Giữa, xuống Thứ Sáu Trong, rồi Thứ Ba Biển, Hà Tiên, lúc về tới Bầu Nhum thì dừng chân lấy đất làm kế sanh nhai, lập gia đình nối giòng nối giống qua nhiều đời mà hạ sanh hai ông sui sau này.

Cuối cùng người già lần lượt rủ nhau qui tiên bỏ lại gia đình chú thím Tôi với con đùm con đề sống leo nheo bên con rạch Bầu Nhum nước chảy lờ đờ.

Ở Bầu Nhum, từ ông già bà cả cho tới chòm xóm đều nhất tề ghi nhận gia đình chú thím Tôi là một gia đình đặc biệt nhất: đông đảo nhất, nheo nhóc nhất, chộn rộn nhất, săng sái nhất, võ nghệ nhất, hào phóng nhất, xung phong nhất, khắn khít nhất nên có tiếng nhất ở rạch Bầu Nhum.

Bà con nào chưn ướt chưn ráo lưu lạc tới miếng đất Bầu Nhum xa xôi hẻo lánh đều được cả gia đình chú thím Tôi hè nhau giúp đỡ. Trong khi vợ chồng chú thím cùng chòm xóm mau mắn dựng tạm cái lều cái chõng trú mưa trú nắng thì sắp nhỏ chạy đi quyên miếng rau, góp miếng muối, sớt nhúm đường - của ít lòng nhiều - ủy lạo bà con mới tới.

Người ta có thể gán câu "yêu nhau lắm, cắn nhau đau" cho chú thím Tôi coi bộ không trật cái chỗ nào. Sống êm thắm quá, hạnh phúc quá riết cũng chán nên lâu lâu chú thím quậy lên chút sóng cho vui nhà vui cửa.

Xưa nay vợ chồng hục hặc nhau là chuyện thường tình. Nhưng ngẫm ra cũng thấy ngộ. Như ở Bầu Môn có cặp vợ chồng Tư Nhọn hễ gây gỗ nhau, anh liệng cái chén thì chị liệng cái dĩa, ngược lại chị cái dĩa thì anh cái chén, rốt cuộc không còn một miếng sành ăn cơm họ lại phải nạo mũng dừa đựng cơm đụng canh lua qua bữa. Đúng là giận mất khôn

Riêng chú thím Tôi, vì mang nghiệp võ vào thân nên mỗi lần gặp cảnh cơm không lành canh không ngọt, chú Tôi không bao giờ đập đồ đập đạc (đại gì) mà thím Tìa cũng không lời qua tiếng lại (tốn hơi), cứ đưa nhau ra sau hè giải quyết bằng quyền cước là xong cái rột. Riết rồi thành thông lệ. "Cắn" nhau đến sứt đầu lỗ trán xong hè hụi thoa bóp, nắn gân, sửa khớp, băng bó vết thương cho nhau đâu vào đó rồi ... chú thím lại "yêu" nhau ra rít. Kết quả của "sự yêu" là sòn sòn năm một thím Tìa cho ra đời bốn cặp sanh đôi vị chi là tám mống khiến cả làng cả xóm phải lắc đầu lưỡi. Trai cũng như gái, y chang tía má sắp nhỏ: khoẻ như văm, mà mạnh thì như trâu cui. Cả tám đứa chưa từng thấy đứa nào... bịnh một lần cho chòm xóm "nó" vui. Hồi còn sanh tiền thỉnh thoảng hai ông sui phải đứng ra làm trọng tài cho chú thím Tôi giải quyết chuyện gia đình xào xáo bằng võ nghệ. Sau này hai ổng qui tiên chú thím mới bắt sấp nhỏ làm chứng. Để san bằng chuyện bất đồng, lần nào cũng vậy, thím Tìa cũng hơn chú Tôi, không một đường cước thì cũng một đường quyền.

Người có tinh thần thượng võ, hơn thua là chuyện thường tình, nên sau khi sóng êm bể lặng chú Tôi thím Tìa lại vui vẻ bắt tay dựng lại nhà, sửa lại vườn, tiếp tục dạy dỗ truyền thụ võ công cho đám nhóc nheo đang lớn. Từ thằng hai, con hai cho tới thằng út, con út được chân truyền nên võ công của tụi nó khiến cả xóm đều nể phục. Phải nói nhà của chú thím Tôi là một lò võ công chi bảo. Có điều, chòm xóm tuy không nói ra nhưng ai cũng thương gia đình chú thím có võ mà không có đất dụng võ; không có thời có đất khiến võ nghệ ở cái chốn khỉ ho cò gáy này đâm ra lạc loài, trật quê làm sao. Coi oai phong lẫm liệt, phong độ dữ dằn, tiền hô hậu ủng vậy nhưng cả nhà đều hiền khô như con rạch Bầu Nhum.

Lần theo năm tháng trôi qua, sắp nhỏ của chú thím Tôi cũng đã lớn bộn. Như những con chim ra ràng chúng bay đi khắp chốn. Đứa dắt vợ lên Sài Gòn mở trường dạy võ, đứa theo chồng ra Phú Quốc làm nước mắm, đứa Hà Tiên, đứa Long Xuyên, đứa Cần Đước, đứa đi biển, đứa đi buôn; riêng vợ chồng thằng út vẫn ở Bầu Nhum nhưng dọn ra gần đó, còn vợ chồng con út ở chung với tía má làm ruộng, giăng câu, đặt lợp sống qua ngày. Nhà Phật nói phúc đức tại mẫu nên con cái sau này đứa nào cũng ăn nên làm ra, thỉnh thoảng vài ba tháng gởi tiền về cho tía má xài chơi.

Từ ngày có tiền bạc rủng rỉnh, chú Tôi sanh tật... mê gà. Hôm đi coi đá gà ở xóm bên về chú chợt nảy ra một ý khá kỳ ngộ. Là con nhà võ chú quan niệm: "Đá gà cũng là một môn đấu võ". Từ đó, vợ con mần gì thì mần, riêng chú suốt ngày cứ con gà đá mà nâng niu ôm ấp. Lúc chú Tôi tậu gà về thím Tìa trầm trồ khen miết: "Chèng đéc! Cái cựa bén ghê. Cái mào đỏ chét hà. Ông coi cái tướng của nó kìa, so cựa thì phải biết...". Có điều gà nhà ta coi tốt mã vậy nhưng đá đâu thua đó. Ban đầu cả nhà còn an ủi, phụ chú Tôi cho nó ăn nó uống theo cách chỉ dẫn của mấy trự đá gà, nhưng thắng đâu không thấy, thua vẫn hườn thua. Riết rồi thím chán gà, ngán lây qua ông gia trưởng. Ba tháng ròng đổi ba con gà nòi, hết lòng nựng nịu chăm lo, lúc ra sân con thì ngất ngư, con tử mị, con thua chạy dài. Vợ thương hại, ngó đức ông chồng dù thua trắng vẫn vui với cái vui hồn hậu.

Nhưng ở đời cái gì cũng đừng quá đáng. Hiền như thím Tìa tới lúc bực cũng phải lên giọng. Ngặt một nỗi thím vừa mở miệng, chú đã hất cái bản mặt thấy ghét hướng ra sau hè tỏ ý thách thức. Một lần hai lần còn bỏ qua, lần thứ ba thì có chuyện.

Cái gì mà mới bét mắt đã thấy chú Tôi nựng con gà vừa hun hít vừa lầm bầm xì xàm. Đang làm cá thím ngước lên thấy ngứa mắt bèn nổi cơn tam bành lục tặc cắm con dao xuống tấm thớt nghe một cái kịch; đứng phắt dậy phủi đít thím hét một tiếng trợ oai tay dùng chiêu Hùng kê quyền tấn công liền. Chú Tôi mê gà không kịp né bị năm ngón tay của thím mổ trúng ngực đau điếng. Buông rớt con gà khỏi tay chú Tôi lạng quạng giựt lùi năm bước liền. Dựa vách, chú nhăn nhó ôm ngực phán một câu xanh dờn làm thím Tìa khựng lại:

- Bà có ngon ra sau hè ăn thua đủ với tui. Nói bà hay bà mà

thắng tui keo này tui thề bỏ nhà đi luôn. Ngược lại, bà đi.

- Á à! Cái này ông nói đó nghen.
- Quân tử nhứt ngôn. Phen này tui cho bà đi luôn.

- Xì! Theo chú bước ra sau hè thím Tìa cười khẩy, chưa biết tui đi hay ông đi đây.

- Khỏi nhiều lời. Ra tay đi..

Trận đấu sống mái giữa chú Tôi và thím Tìa đã để lại trong lòng chú một ấn tượng khôn nguôi. Đã 25 năm rồi chú Tôi vẫn không sao thoát khỏi vùng tù hãm của nỗi buồn tràn bờ. Cái buồn âm ỉ đó như ứa ra từ đáy sâu tâm hồn tạo thành một trạng thái mộng du, một nỗi ám ảnh, ngày và đêm cứ dày vò, ray rứt tâm can chú.

Vợ chồng ăn ở với nhau tới đầu bạc răng long, rốt cuộc lúc tỉ thí chú Tôi vẫn không làm sao thắng được thím Tìa. Cũng mấy chiêu thức quen thuộc đó, cũng ba cái khẩu quyết rành rọt đó, nhưng không biết ông già vợ truyền bí quyết gì mà qua tay thím Tìa nó trở nên biến ảo khôn lường, đã áp đảo chú Tôi thật mãnh liệt. Lúc bị thím đánh té ngồi trên đất, chú Tôi vừa tức vừa thương vợ nhiều hơn. Chú nhớ hoài cặp mắt nhơn hậu, biết cảm thông và tha thứ của người đàn bà nhà quê, là thím Tìa khi thím cúi xuống kéo chú Tôi đứng dậy. Cũng may, lúc đó vợ chồng con út đang làm cỏ lúa ngoài ruộng không hay biết gì.

Dù chú Tôi thua cuộc dẫn đến cảnh bại vong lưu lạc qua Hà Tiên ở với vợ chồng thằng Tư nhưng là con nhà võ, sau một thời gian dài chìm trong buồn bực, chú Tôi dần dà lấy lại tinh thần lạc quan, dũng cảm. Đã lâu chú không dụng võ, lúc dợt lại vài đường quyền, phóng ra vài ngọn cước đối địch với thằng Tư chú mới biết mình đã già thiệt sự.

Nhà Phật nói sanh lão bệnh tử thiệt không sai. Chú Tôi là người, chú Tôi theo tuế nguyệt, tuy không ốm đau bại sụi gì, tinh thần vẫn minh mẫn, nhưng ở cái tuổi cửu tuần chú mất vì bệnh già. Lúc con vợ thằng Tư hơ hải về Bầu Nhum báo hung tin, đúng lúc con út bay ngược qua Hà Tiên báo thím Tìa lìa đời.

Chuyện tôi viết ra đây là do anh Hai Tụ, con của chú thím Tôi trong lúc trà dư tửu hậu đã kể cho tôi nghe năm 1972 tại huyện Tây Sơn, tỉnh Bình Định. Năm đó tôi cùng đại úy Vĩnh từ Kontum ra Qui Nhơn công tác với sư đoàn Bạch Mã, Đại Hàn mới biết ở Tây Sơn có tổ chức lễ hội truyền thống phát huy tinh hoa võ thuật. Tại đây tôi quen biết võ sư Hai Tụ. Từ đó đến nay ngót 45 năm tôi không còn nghe tin tức gì về anh.

Nghệ thuật của võ thuật, qua gia tộc chú Tôi và thím Tia, tôi nhắc lại đây như một hoài niệm, nó dựng lên trong cuộc đời làm người một nỗi đam mê, cầu tiến lẫn u hoài.

Cù Lao Tắc Cậu

- Mơi mình đi Tắc Cậu hả nội?
- Ừa
- Mờ chừng nào mình dìa?
- Mốt
- Con Mực có đi dới mình hông nội?
- Không
- Sao hông nội? Lần trước hổng được đi Bàu Nhum nó khóc um sùm. Lần này chắc con Mực nó giận mình luôn quá há nội.

Ông Lềnh đang sửa lại chuồng gà sau hè ậm ừ cho qua, ai dè cu Lơ cứ cù nhầy hỏi tới làm ông ớ ra, thường ngày cu cậu có nhiều chuyện vậy đâu.

- Mờ Tắc Cậu là cậu Tắc ở Tắc Cậu phải hông ông nội? Buông phịch cây búa xuống đất, ông phủi tay cười: "Tía mầy! Tắc Cậu là... Tắc Cậu chớ cậu Tắc nào".

- Thì cậu Tắc tới nhà mình ăn giỗ bữa hổm á!

Ông Lềnh cười giã lã: "Ừ thì... cậu Tắc tên Tắc, còn Tắc Cậu là cù lao Tắc Cậu. Cu Lơ hiểu chưa?"

- Dạ, cu Lơ hiểu rồi. Mờ cù lao Tắc Cậu là ở đâu lận nội?

Theo những câu chuyện truyền khẩu thì xưa kia Tắc Cậu là một cù lao nằm lọt giữa hai con sông Cái Lớn và Cái Bé. Thuở đó Tắc Cậu là vùng đất hoang vu, lầy lội, cỏ cây chằng chịt, có nhiều khỉ, chồn, sóc, muỗi mòng, rắn rít nên không có bóng người lai vãng. Mãi đến những năm 1930 của thế kỷ 20, thấy người Tàu di cư tới lập nghiệp, đấu thầu đất từ tay thực dân Pháp, dân tứ xứ cũng đổ về khai phá đất đai lậu, dần dần địa danh Tắc Cậu được hình thành.

Đặc biệt, giữa Tắc Cậu có một con kinh chia vùng đất này thành hai phần, một nửa thuộc xã Bình An, nửa kia thuộc huyện Châu Thành, nên ông bà mình khéo đặt tên là kinh Lòng Tắc, vừa mộc mạc, dễ hiểu lại đầy đủ ý nghĩa. Vì Tắc Cậu tách biệt hẳn với đất liền nên muốn qua cù lao này người ta phải dùng xuồng chèo.

Cù lao Tắc Cậu cách thị xã Rạch Giá 20 cây số. Quận An Biên, thuộc thị xã Rạch Giá là nơi ông Hoàng A Lềnh được coi là một kỳ lão của vùng đất mới này. Ông là một người tốt bụng, tánh tình hòa nhã, từ tốn, thường giúp đỡ bà con chòm xóm. Hồi trào Tây, ông Lềnh có biệt danh là "cửu chỉ Hồ", là một nhà buôn đồ cổ từ Sài thành xuống tới Nam Kỳ Lục Tỉnh. Thơi đó, ít có người theo nghề này nên ông mau chóng trở thành một phú thương khá nổi tiếng. Lúc về chiều, ông mới đưa gia đình về An Biên, Rạch Giá khẩn hoang lập ấp an hưởng tuổi già.

Ông Hoàng A Lềnh có hai sở thích khá kỳ ngộ: nuôi gà chọi và thú chơi đồ cổ. Hồi còn tại thế, cụ Vương Đông, nhà sưu tầm đồ cổ nổi tiếng, là bạn tâm giao của ông Lềnh. Mỗi lần cụ Vương có được cổ vật hiếm quí đều đánh tiếng mời ông Lềnh về thưởng lãm. Thời đó, việc đi lại từ địa phương này tới địa phương khác khó khăn nhiều bề, nhưng vì quí bạn nên từ An Biên ông Lềnh cũng tìm cách lặn lội lên tới Sóc Trăng, trước là thăm bạn già sau là ngắm cổ vật cho mãn nhãn.

Lần đó, tại phòng khách của một ngôi nhà bề thế, kiến trúc nghệ thuật cổ xưa tuổi chừng 100 năm của cụ Vương Đông ở Bãi Xàu, Sóc Trăng, ông Lềnh được chiêm ngưỡng tận mắt một cái đĩa nội phủ bằng sứ từ thời Gia Long khiến ông giựt mình. Viềng bạc sáng trưng, hoa văn rồng phụng sắc vàng tinh xảo nước men như ngọc phách tráng đều mặt dĩa màu diệp lục. Mặc dù miệng dĩa bị mẻ một mảnh nhỏ, được người thợ khéo tay dùng miếng gốm khác tỉ mẩn vá lại vẫn không làm mất đi giá trị của cổ vật hiếm quí. Lom lom nhìn cổ vật, ông Lềnh nghĩ mãi cũng không nhớ là đã nhìn thấy, thậm chí đã sờ được dĩa nội phủ này ở đâu rồi. Sau khi từ giã cụ Vương Đông về đến nhà ông Lềnh sanh bệnh nằm liệt giường liệt chiếu.

Chìm sâu trong cơn hôn mê ông Lềnh nhiều phen sợ hãi thấy mình đang là núi, chợt biến thành một dòng sông lạnh buốt đẩy xác mình bềnh bồng trôi về thời quá khứ. Thuở đó, sau gần 30 năm chiến tranh giữa Nguyễn Ánh và quân Tây Sơn, ông Lềnh vẫn còn ngửi thấy mùi khói lửa của thời hậu chiến.

Năm Nhâm Tuất (1802), sau khi thống nhất sơn hà, vua Gia Long sai người kiến thiết kinh thành bề thế tại Phú Xuân, cố đô Huế. Cũng như các bậc vua chúa trên cõi đời nhiêu khê này, vua Gia Long cũng có hàng trăm cung phi mỹ nữ, đồng thời phục vụ cho gia tộc hoàng triều là một tổng đoàn Thái giám với sự trung thành tuyệt đối.

Bốn năm sau, trong đợt tuyển sinh kế tiếp, ông Lềnh mới có mặt. Lúc bấy giờ ông là một thanh niên dân dã nghèo khó ở thôn Vỹ tình nguyện trở thành tiểu thái giám, lấy sinh quán đặt tên là A Vỹ.

A Vỹ vốn yếu đuối, ẻo lả như con gái nên được Tổng thái giám Kha cắt đặt chăm sóc vườn ngự uyển. Nhờ thế, thỉnh thoảng tiểu thái giám A Vỹ nhác thấy xa xa Hoàng tử Cảnh chơi đùa với các bạn trẻ hoàng thân quốc thích trong triều.

Năm 1784, Hoàng tử Cảnh lên bốn tuổi, vua Gia Long mở tiệc khoản đãi các quan chức người Tây nhằm tiễn đưa hoàng tử theo Bá-Đa-Lộc sang Pháp cầu viện. Trong dịp này, A Vỹ lại được cắt đặt việc bưng trà sứ tiến vua. Đang khúm núm bước qua ngưỡng cửa thì bất ngờ Hoàng tử Cảnh ở ngoài vườn ngự uyển chơi trốn tìm, chạy sọc vào vô tình đụng nhằm A Vỹ làm bộ trà sứ rớt bể tan tành. Không ai bắt tội vô tình, nhưng nịnh thần tổng thái giám Kha ra uy đã tống A Vỹ vào ngục thất, nửa đêm bí mật sai người vào cắt đứt ngón tay út của A Vỹ gọi là răn đe, dù A Vỹ vô tội.

Trong cơn mê thấy có hai bóng đen bịt mặt vô ngục hành hung, ông Hoàng A Lềnh vùng vẫy kêu thét lên, giựt mình tỉnh giấc mới hay mình gặp ác mộng. Dù vậy, ông vẫn đưa bàn tay thiếu ngón út lên ngắm nghía rồi lắc đầu thở dài không hiểu sao lại trùng hợp một cách ngẫu nhiên như vậy. Hai tháng sau, vợ con ông Lềnh tất bật chạy chữa thuốc thang ông mới tỉnh.

* * *

- A! Tới nhà rồi nội ơi! Đang lơ mơ ngó trời ngó nước nghe cu Lơ reo lên ông mới chớp mắt tỉnh ngộ.

- Từ từ, cu Lơ. Chờ đò cặp bến cái đã. Rồi. Đưa tay ông nội dắt lên. Coi chừng cầu tàu trơn lắm nghen con.

Khi đò cặp bến An Biên thì mưa cũng vừa tạnh hột. Cuộc hành trình qua cù lao Tắc Cậu đi săn đồ cổ của hai ông cháu coi bộ khá nhọc nhằn. Từ An Biên tới Tắc Cậu chuyến đi cũng hết nửa buổi trời. Lần trở về cũng vậy, nhưng trúng phải cây mưa ở Xẻo Rô nên đò về chậm hơn.

Từ ngày có thằng cháu cu Lơ theo ông nội đi sưu tầm đồ cổ, ông Lềnh luôn luôn gặp vận may, như thể cu Lơ là một hoàng tử tí hon mang cái hên đến cho ông.

Qua Tắc Cậu chuyến này, nhờ cậu Tắc, bạn vong niên, giới

thiệu ông Lềnh mua được một cây bút lông đời Sùng Chính với một giá hời. Nhưng đổi lại, cu Lơ bị... tiêu chảy hành suốt đêm.

Khóm là loại trái cây dân dã nổi tiếng ở cù lao Tắc Cậu. Lúc chín cây tự nhiên có vị ngọt thanh, tươi ngon bậc nhất, ai thấy cũng thèm. Lần đầu tiên cu Lơ đặt chân nhỏ téo lên cù lao khóm, được dịp ních một hơi hai khoanh đến phình bụng. Tham thực cực thân, nửa đêm cu cậu bị... tào tháo rượt chạy té re. Hehehe...

Con Đò Thủ Thiêm

Hồi trào Tây, người Sài Gòn muốn qua bên Thủ Thiêm họ phải qua sông bằng đò. Sông không rộng lắm, đứng trên kè đá xanh bên bờ này có thể nhìn thấy bờ kia. Năm 1911, Thủ Thiêm là một bến đò nhỏ, chỉ có đò chèo, tới những năm 1930 mới có đò máy và phà, người Pháp gọi là *Bac* (bến phà).

Hồi đó vùng bán đảo Thủ Thiêm vẫn còn đồng hoang lầy lội, dừa nước, ô rô, cóc kèn mọc chằng chịt. Dọc theo bến đò xuôi về hướng Đông Bắc có một dẻo đất nhô ra, trên đó lèo tèo những chòi lá lụp xụp, vách đất sơ sịa giới bình dân gọi là Xóm Chòi. Vì chỉ có trên chục căn nhà chòi nên bà con chòm xóm ai cũng dễ nhận ra nhau, những dân nghèo rải rác từ miệt thứ tới định cư (chưa có dân đàng ngoài) đều được giúp đỡ tận tình, bữa trước bữa sau đã thân nhau cái rột.

Dân ở đây sống bằng nghề chài lưới, buôn bán ven sông, khai khẩn đất hoang hoặc chèo đò ngang đưa đón khách qua lại trên sông, còn đò dọc thì chèo lên vùng Bình Qưới, Thủ Dầu Một đi buôn. Mặc dầu là dân tứ xứ tới Xóm Chòi lập nghiệp nhưng lạ một cái là ai cũng nói rặt giọng miền Nam chỉ lọt có ông Tư Đò là "giọng đàng ngoài".

Dân Nam kỳ như tụi tui dù "cắn không bể chữ A", anh Bầu Cần Được nói, nhưng cũng biết chút ít về lịch sử nước nhà. Thời Gia Long tẩu quốc rồi lập quốc tới đời vua Duy Tân, triều đình nhà Nguyễn được đặt tại cố đô Huế, môt dải đất co eo thắt bụng của miền Trung nước Việt. Nghe nói xứ Huế gì mà mưa ba tháng không ngừng, sáu tháng không dứt, thúi đất thúi đai. Đúng là cái xứ chó ăn đá, gà ăn muối xa xôi, lạ lẫm cả đời mụ nội tui cũng hổng

cách gì đặt chưn ra tới nên dân trong này gọi miền đó là "đàng ngoài".

Cuối thế kỷ thứ 19, ông Tư vốn quê ở tuốt luốt đâu ngoài Vỹ Dạ, Thừa Thiên Huế gì đó (lại còn gọi là đất Thần Kinh mới ngặt), theo cha mẹ vì nghèo bỏ xứ vô Sài Gòn, qua Thủ Thiêm, mới đầu đi mần thuê sau mần nghề đưa đò, cái nghề cha truyền con nối như ông Tư cho biết. Khi cha mẹ qui tiên, ông Tư sống một mình, vẫn đưa đò. Hồi đó bến Thủ Thiêm đò dọc đò ngang còn lèo tèo, con đò của ông Tư coi vậy mà được việc. Ngày ngày cỡi trên mặt sóng, con đò xuôi ngược đông khách của ông Tư Đò luôn luôn chở theo tiếng hò hụi hò khoan làm cho sức sống miền sông nước nhộn nhịp hơn, xanh tươi lên.

Mỗi lần khách qua đò khen ông Tư chèo hay, hò số dzách ông đều xua tay lắc đầu cười hiền: "Tui già rồi, răng mà so bì với mấy o chèo chống dưới sông tê cho đặng". Nhắc gì chớ nhắc tới nghề đưa đò lúc nào ông Tư cũng tỏ ra hào hứng, tâm phục khẩu phục mấy cô chèo đò dưới bến Thủ Thiêm.

Nhìn con đò phong sương mà thương ông Tư. Cái giọng khàn đục, bừa bựa, chênh vênh của ông dù hay, dù lạ, rặt Huế cũng không làm sao so cựa (dù không ai muốn) cự lại ba cái giọng trong trẻo như là hát dân ca của các "con đò Thủ Thiêm". Những cô gái Thủ Thiêm rạm nắng trong chiếc áo bà ba nâu, quần lãnh mỹ a đen mướt, eo hông mượt mà, ngực mông uyển chuyển đã tạo nên một vẻ đẹp sinh động trong dáng điệu chèo đò. Chính vì hình ảnh trẻ trung, đầy sức sống đó, vô tình các cô đã chèo con đò của mình vào sâu trong câu ca dao bất hủ, trở thành câu chuyện dân gian không biết có từ bao giờ *"Bắp non mà nướng lửa lò. Đố ai ve được con đò Thủ Thiêm"*.

Nhưng mà ngoài nghề đò, ông Tư còn thêm nghề bốc thuốc gia truyền miễn phí giúp đỡ dân nghèo, dù ông còn nghèo hơn cả kiếp nghèo. Ngộ nhứt là ông từng là một nhạc công cung đình Huế lúc 12 tuổi. Nhờ ba cái nghề hữu ích này, ngoài cái tên quen thuộc "ông Tư Đò" giới bình dân còn ưu ái gọi ông là "ông Tư điệu nghệ", rất được lòng bà con toàn vùng đất Thủ Thiêm lan qua cả Sài thành.

Thiệt thà là đức tính của ông Tư. Thêm cái giọng trọ trẹ mà từ tốn của ông lúc đầu nghe thắc cười vì lạ tai riết rồi ai cũng quen.

Mới bét mắt đã nghe: "Ông Tư Đò ơi! Ông Tư có nhà hôn?". Ông Tư ngồi chờ hở trong nhà dòm ra: :Dà (Dạ). O mô rứa? O cần chi, tui giúp?". "Ông Tư cho tui quá giang xuống trại Thủy nghen". Ông móm mém cười: "Dà, bữa ni gió lớn, đò tròng trành, cô Hai Hên cẩn trọng hỉ".

Một lần khác, giọng quýnh quáng: "Cứu, cứu giùm thằng con tui, ông Tư ơi! Nó bị con gì cắn". Ông Tư ôn tồn: "Dà, anh Hai giúp tui bồn (bồng) hắn lên chờn (giường) để tui chộ (coi). Ui chao ôi! Con rắn chàm quạp cắn chớ còn con chi..."

Thỉnh thoảng nhìn trăng lai láng trên ngọn dừa ông cao hứng xách đờn cò ra vừa kéo ò e vừa hò giọng nặng trịch như thuốc lá Cẩm Lệ, dân xa quê nghe ai cũng rầu thúi ruột thúi gan. Hỏi thì ông vuốt mớ tóc bạc lòa xòa trên trán, cười nhỏ nhẹ: "Dà, bài ni là bài hò mái nhì, năm tể năm tê bọ mạ tui đưa đò trên sông Hương hay hò; còn bài tê là Chầu Văn".

Cuộc sống cư dân Thủ Thiêm dù cực nhưng cũng tạm lây lất sống qua ngày. Đương khoẻ re như con bò kéo xe thì đùng một cái cứ như là trời sập tới nơi. Số là nửa đêm nửa hôm, ngoài trời mưa to gió lớn, dưới sông sóng cuộn bở vòi, dân Thủ Thiêm đương chìm trong giấc điệp bỗng giựt mình thức giấc vì nghe súng đạn nổ rền trời đất. Cả xóm hoang mang, nhiều người chạy ra coi thì thấy đâu chục bóng đen cầm súng chạy thục mạng về phía xóm. Họ là Việt Minh.

Cuộc giao tranh vẫn tiếp diễn, Nhiều tiếng súng phá toạc màn đêm. Việt Minh đã có chủ đích. Họ xông vô Xóm Chài lùa dân xuống bến làm bia đỡ đạn để dễ bề tẩu thoát.

Câu chuyện về Xóm Chài bên Thủ Thiêm đã trở thành một trong những chuyện đau thương của thời chiến tranh thuộc địa. Phóng viên nhà báo Sài thành đã nhanh chóng ghi lại trong một tờ nhật trình:

"Nửa đêm quân Pháp bí mật vượt sông qua Thủ Thiêm hợp với lính *partisan* (lính đánh thuê) phục sẵn ở Thủy Trại, chia thành hai mũi giáp công đánh úp những con đò đang vận chuyển vũ khí và cán bộ Việt Minh từ An Khánh, Thủ Thiêm vào nội thành Sài Gòn. Trận đó phía Việt Minh bị thiệt hại nặng. Số chết, số bị thương, bị bắt, số còn lại chạy thoát về phía Xóm Chòi. Không biết vì giao tranh giữa hai phe, lính Lê Dương đốt nhà dân để chặn địch hay Việt Minh dùng hỏa công để tẩu thoát, đã phóng hỏa thiêu rụi cả Xóm Chòi.

Sáng ra, Xóm Chài vẫn còn nghi ngút khói. Số thương

vong gồm người lớn và trẻ con bị thiêu cháy thành than. Dưới bến đò, xác Việt Cộng lẫn xác người dân vô tội nằm rải rác khắp nơi. Nhiều xác đò bị đạn hư hại hoàn toàn... ".

Đáng tiếc là anh nhà báo không biết nên không đề cập tới số phận của ông Tư Đò. Thực ra, con đò của ông Tư vẫn bồng bềnh neo dưới mé sông. Có điều phía trái mạn đò, dòng máu tươi như vết sơn rớt dính mớ tóc bạc kéo thành một vệt dài chảy xuống đọng thành vũng giữa lòng đò. Gió dưới bến đò đã êm, sóng đã lặng, như thể sóng và gió đồng lõa với cái phẳng lặng và kỳ lạ của máu người.

Đồng Giữa

In tuồng như đinh đóng cột, cứ đúng vào dịp tiết Thanh Minh là thằng Nõn từ Xẻo Rô chèo xuồng khoảng bốn cây số xuống Cầu Thứ Hai chở hai chị em Bòl, Thùy vô Đồng Giữa đi tảo mộ ông nội. Thằng Nõn tướng tá coi cục mịch nhưng tánh tình hịc hạc, lại được nước nhiệt tình, xông xáo. Lần nào cũng vậy, trời tờ mờ sáng, vừa qua Cầu Thứ Hai quẹo trái thoáng thấy nhà chú thím Út, ba má Bòl, Thùy là nó hú dài một tiếng như "tặc răn" rồi la: *"Chế Bòl ơi! Thùy ơi!..."* ý nó nói tui tới rồi đây nghen.

Mươi mười lăm năm trước, từ Cầu Thứ Hai xuống Đồng Giữa chèo xuồng mất khoảng nửa ngày. Bòl bơi mũi, thằng Nõn chèo lái, còn con Thùy út ít, ngồi giữa tha hồ ngó chim bay cò bay. Ngày nay Bòl không còn đủ sức như xưa nên Thùy thế chỗ chế nó bơi mũi. Riêng thằng Nõn, sức dẻo dai vẫn cuồn cuộn trên đôi cánh tay rắn chắc mỗi lần nó khua chèo xuống nước. Cha mẹ thằng Nõn nghe đâu mất sớm. Nó chèo đò mướn trên kinh Rạch Mẻo rồi qua Cầu Quay cuối cùng là Xẻo Rô. Cái hôm chú Út dắt Bòl tới Xẻo Rô vô chợ mua gà chọi về làm giống lúc trở về thì trúng cây mưa làm trễ đò. Hai cha con đành ngồi trên bến chờ chuyến tới, tình cờ gặp thằng Nõn tốt bụng đi ngang hỏi han sự tình rồi tình nguyện mướn xuồng (chú Út trả tiền) chở hai cha con về tận nhà. Từ đó Bòl nẩy ý kiến nhờ (không dám nói chữ *mướn*) Nõn chở hai chị em xuống Đồng Giữa đi tảo mộ vào mỗi dịp tiết Thanh Minh.

Ngày nay từ thị xã Rạch Giá xuống tới Thứ Bảy Kinh Làng đã có lộ xe Honda chạy, không còn bao nhiêu người thích đi đường xuồng, trừ chị em Bòl. Cũng nhờ vậy mà thằng Nõn vốn yêu nghề lại có thêm một dịp vẫy vùng trên sông nước.

Bòl nhớ hồi đó, hai bên bờ kinh rạch dẫn về Đồng Giữa mọc đầy năng, lác, đế, sậy, ô rô, cóc kèn..., càng đi càng thấy rừng âm u, tĩnh mịch. Riêng con Thùy thích nhất là khi xuồng bơi giữa dòng kinh lúc dài ngoằn, lúc quanh co, hai bên bờ bần chen chúc, đan cành che kín cả bầu trời. Chim chóc, thú rừng trong khu vực này hễ thấy bóng người là náo động cả lên; tiếng chao chát của chúng tạo thành những âm thanh vui tai. Nhưng con Thùy lại sợ khỉ.

Có lần, trên dòng kinh này nó bị một chú khỉ tinh ranh lẹ tay dớt mất cái nón lá Chệc nó mới mua cho nó che nắng che mưa. Phần tiếc cái nón, phần về sợ Chệt Xiếm la, nó khóc mướt. Mà chế Bòl của con Thùy cũng ngộ, thích đứng coi con Thùy khóc hơn là dỗ em nín. Cũng tại cái bản mặt thiệt là dễ nựng của con Thùy mà ra. Mà thiệt, cả nhà ai cũng cưng chiều con Thùy hết mức. Tuy nó sanh nhằm năm Dần, dòm heo có chửa là heo xẩy thai, dòm gà ấp con là gà con chết sạch, nhưng con nhỏ có cặp mắt tròn xoe, có cái nhìn hết sức ngây thơ vô tội vạ, có mái tóc "cum-bê", cộng thêm cái mỏ chu chu tròn như chữ o gắn trên gương mặt bụ bẫm, trắng như trứng gà bóc, nhìn thấy ai cũng thương.

Mặt trời lên cao, hơi nắng gay gắt. Xuồng vừa quẹo trái là tới kinh Bàu Láng. Nước chảy lờ đờ, đen xì. Vài người bơi xuồng ngược hướng chở củi ra chợ Rạch Giá bán. Bòl chậm rãi tháo cái khăn rằn quấn trên đầu xuống lau mặt, nhìn mấy con khướu bay sập sận trên cành dừa bên kia bờ, nói một hơi:

- Tới Bàu Láng rồi hén, Nõn. Coi bộ con Thùy mỏi tay rồi đa. Chèo tới bóng cây bần đằng kia nghỉ tay uống miếng nước chờ trời mát mát rồi đi tiếp nghen.

- Í mẹt ơi! Thằng Nõn la hổng được đâu, chế. Uống miếng nước rồi đi liền chớ lúc dìa trời tối muỗi ra nhiều lắm.

Riêng con Thùy chẳng nói chẳng rằng gác cây dầm cạnh be xuồng lò mò tới gần chế nó lấy chai nước ngửa cổ tu một hơi xong bò lại đằng mũi ra hiệu chèo tiếp. Ngay cái lần đầu tiên con Thùy thế chị nó ngồi bơi mũi, thằng Nõn tuy có nghề chèo đò nhưng cũng thầm phục con nhỏ coi nhỏ con vậy mà chì thiệt.

Tới trưa trời đứng bóng xuồng cũng vừa tới Đồng Giữa, nhà cửa mọc san sát hai bên bờ kinh. Vài chiếc ghe thương hồ qua lại hòa trong tiếng máy dầu tạch tạch lan trên dòng nước đen đúa.

Hồi xa xưa, Đồng Giữa đâu có đông như bây giờ. Hồi đó, dân cư thưa thớt, nhà này cách nhà kia một khoảng đất, một con kinh. Dù vậy, ngày nay cái nét quê của nhà mái lá, cây cầu khỉ vẫn còn ẩn hiện nằm sâu trong những vùng đất, kinh rạch ít người.

Trong số lưu dân Trung Hoa, lần đầu tiên đặt chân lên đám đất này khẩn hoang, có ông Thái Tường. Hồi mới tới quan sát cuộc đất, ông Thái Tường đã sớm nghĩ tới việc đào kinh rồi.

Lần hồi, dân canh tác tới làm ăn lập nghiệp ngày càng đông

lập thành chòm, thành xóm. Lúc đó, để cho xuồng bè giao thương qua lại dễ dàng, ông mướn dân phu xắn ngang đám đất Đồng Giữa một con kinh.

Về sau, dân xứ này khi nhắc đến ông Thái Tường, người kỳ cựu biết thì không nói gì, người không biết lúc lai rai vài ba sợi cũng bày đặt lên mặt thầy đời: *"Ông Thái Tường hả? Ờ, nghe nói ổng...".* Họ kể nhiều câu chuyện về ông lúc thì na ná, lúc thì khác tới trời ơi đất hỡi, hổng biết đàng nào mà lần. Ngay cả chị em Bòl có bữa rảo chân trong chợ Giữa tình cờ nghe lóm câu chuyện về ông nội mình mà bấm bụng cười thầm. Nhưng ở Đồng Giữa, ngày nay vết tích của ông Thái Tường vẫn còn... chảy hiền hòa trên con kinh Bà Lò Xén, là tên bà vợ người Việt của ông Thái Tường, xưa kia bà từng đứng ra đốc thúc việc đào kinh. Dân chúng biết ơn mới lấy tên Bà Lò Xén đặt tên cho con kinh là vậy.

Theo gia phả 10 đời của giòng họ Thái, khởi từ năm một ngàn sáu trăm... khi chiêu bài "Phản Thanh Phục Minh" của Thiên Địa Hội thất bại v.v..., được ghi lại như vầy:

Giữa thế kỷ thứ XIX, ông Thái Tường gốc người Minh Hương theo tàu buôn của người Trung Hoa qua Hà Tiên lập nghiệp. Hồi đó, đất Hà Tiên vẫn còn hoang sơ nằm bên bờ vịnh Thái Lan. Ban đầu ông Thái Tường theo chân một nhóm người đồng hương tìm vô tuốt trong ngọn làm rẫy sinh nhai, nhưng đất Hà Tiên nhiều phèn, quá xấu, ráng làm được hai mùa thu hoạch kém, ông bỏ, xong phiêu bạt ra Hòn Trẹm rồi Ba Hòn nai lưng làm đủ mọi loại nghề thuê mướn. Sau những năm dài chịu cực chắc bóp được một mớ tiền và nhờ mang theo một ít chỉ vàng lận lưng, ông trở vô đất Hà Tiên xoay qua việc thu mua thổ hóa về buôn bán kiếm lời. Năm tháng trôi qua, tuy công việc mần ăn có mòi khám khá ông vẫn không nghĩ tới chuyện lập gia đình.

Nhưng cuộc đời phiêu bạt của ông Thái Tường đâu có chịu yên thân một chỗ. Vốn phóng khoáng, tháo vát, thích tự tạo một nếp sống mới, sau nhiều năm ở đất Hà Tiên, một hôm tốt trời, ông sang lại tiệm hàng xén, theo ghe đi đường biển mất nửa ngày về vùng Rạch Giá. Thăm dò tin tức dân địa phương về cuộc đất, ông quyết định chọn một đám đất khai hoang (nay là Thứ Ba) làm ruộng rẫy. Mặc dù ông trúng liên tiếp ba mùa, bộn bạc, nhưng cuối cùng cái cung Thiên Mã một lần nữa lại giục ông lên đường.

Lần này ông mua một chiếc xuồng xuôi theo con rạch Bàu Trâm, quẹo trái xuống kinh Bàu Láng, chèo thêm khoảng nửa tiếng tới rạch Thứ Năm Chùa (có ngôi chùa Miên ngay đó) rồi xuôi xuống Bàu Láng tới đất Đồng Giữa, chọn nơi này làm quê hương.

Một thời gian sau, ông Thái Tường lập gia đình với một người phụ nữ Việt, sanh con đẻ cái lần hồi trải qua ba thế hệ thì lòi ra hai chị em Bòl, Thùy. Nhưng vào thời kỳ ông Thái Tường và nhóm người Minh Hương tới đám đất này khẩn hoang sinh sống, tóc vẫn còn thắt bì bi (tức thắt bính), thả đuôi tóc dài xuống tới lưng quần. Tụi con nít Khơ-me trong làng thấy ngồ ngộ, ngứa miệng thường nhè lũ trẻ Minh Hương vừa lêu lêu, vừa nhảy nhót, chọc ghẹo: *"Ột ệt thằng Chệt có đuôi"*. Lũ trẻ con Minh Hương cũng đâu có vừa, tức khí chúng cầm đuôi tóc xoay tròn tròn, chầu mỏ chửi lại: *"đồ thằng Thổ chết đốt"*.

Trẻ con đời nào cũng hồn nhiên vậy đó. Tội là tội ở người

lớn lúc rượu vào lời ra vọt miệng phun bậy mấy câu *trời đánh* kiểu đó, con nít nghe được bắt chước liền.

Người Khơ-me đi khẩn hoang, sống ở Bàu Láng chiếm 60% so với người Việt. Nhưng một số người Khơ-me như gia đình ông Ba Cum lại thích phiêu lưu, họ chịu cực khai khẩn ruộng đất được bao nhiêu đem bán hết cho ông Thái Tường xong tìm đất mới khẩn hoang rồi lại bán cho ông. Nhờ vậy, lần hồi đất ruộng ông Thái Tường mênh mông, cò bay thẳng cánh. Đến đời con, đời cháu ruộng đất được chia ra bán dần bán hồi mà sinh sống theo nhiều cách.

Tới Đồng Giữa thằng Nõn lơi tay chèo cho xuồng trôi chầm chậm trên dòng nước, chợt nghe Bòl la lên *"Chú Tư Nun kìa"* là nó lẹ làng đưa xuồng cặp sát bờ rạch, cạnh cây gừa mọc trước nhà chú Tư Nun, anh bà con của chú Út. Hai con chó đang giỡn hớt quanh bụi tre chợt đánh hơi người quen vội nhảy xổ ra vẫy đuôi mừng quýnh, sửa vang lừng. Trên bờ, ngoài chú Tư Nun mặc nguyên bộ bà ba trắng, tóc búi, còn có mấy anh con cô cũng tụ về đón chị em Bòl. Mọi người cười nói, xăng xái đở lấy trái cây, đồ cúng từ tay Bòl chuyền tay mang vô nhà trong khi thằng Nõn lui cui cột mũi xuồng vô gốc gừa

- Lâu quá, chú Tư! Bòl nói, tay kéo cái ghế đẩu ngồi xuống.

- Ờ, một năm trời chớ ít ỏi gì. Đi đường mệt không? Chệt Xiếm bây ra sao?

Con Thùy lẹ miệng:

- Dạ, cũng bình thường, chú Tư. Chệt Xiếm con có gởi chú thím mấy hủ dưa bồn bồn với cặp mít nghệ nè.

- Dzậy hả? Ờ, dìa nói Chệt Xiếm, chú Tư cám ơn. Giơ hai trái mít nghệ bự chảng lên, chú cười nói: Thứ này thím bây thích lắm. Hà! Món ngon nổi tiếng của Chệt bây đây mà.

Bòl ngó xuống nhà dưới hỏi:

- Thím Tư ra đồng sao chú Tư?

- Đâu có! Biết bữa nay bây dìa, hồi nãy thằng Hó chở thím bây xuống bến mua thêm trầu cau đem ra mộ cúng.

Chú Tư Nun nói, tay cầm cây quạt giấy có vẽ hình cành mai màu vàng đen quạt quạt giục bây uống nước đi, rồi còn lo nhang đèn đi tảo mộ cho lẹ. Chú than dạo này trời tối mau quá.

Đúng lúc thím Tư với thằng Hó tở mở trở về đặt thêm miếng trầu nhánh cau lên bàn thờ đã bày sẵn cơm canh, bánh trái linh đình. Chú Tư Nun chờ mọi người thắp nhang cúng bái xong là hối ra đồng tảo mộ.

Trời nhiều mây, ui ui không nắng. Ngoài cánh đồng xa xa, vài giọng hò theo gió đưa tới nghe não ruột. Trên miếng đất khá rộng sau nhà của chú thím Tư Nun, giữa vườn cây ăn trái và cánh đồng lúa còn trơ gốc rạ có chừa một khoảng đất được rào bằng một cái vòng thành, trong đó ngoài mộ ông bà Thái Tường còn có mộ của cô Tư cũng được chôn chung cạnh đó.

Ngôi mộ nào cũng xây bằng xi măng trán gạch men, mới quét vôi lại. Đặc biệt, mộ ông nội được đắp cao như ốc đảo, bốn góc có bốn búp sen xanh hồng gắn trên bốn cây cột dựng quanh mộ ai nhìn thấy cũng ấm lòng.

Trong khi thím Tư, Bòl sửa soạn dọn đồ cúng, thì thằng Hó, con Thùy lo chưng bông; những cành bông súng cánh trắng nhụy vàng, những bông rau mác tim tím, toàn những hương đồng cỏ nội chen nhau khoe sắc.

Chuẩn bị xong đâu đó, chú Tư Nun mới khum tay bật quẹt đốt bó nhang nghi ngút khói. Chờ nhang cháy đều chú chia cho từng người xong cùng chắp tay cúi đầu khấn vái.

Con Thùy lim dim đôi mắt, thành khẩn khấn thầm: "Ông nội bà nội sống khôn thác thiêng về đây hưởng hương hoa, phò hộ cho gia đình con cháu được bình yên..."

Thăm mộ xong, mặt trời đã quá giờ ngọ. Mọi người lặng lẽ trở về nhà. Hai con chó cũng có linh tính trước cảnh sanh ly tử biệt, lủi thủi chạy theo sau.

Về tới nhà, đứng trước hàng ba, thằng Nõn mới thấy đói bụng, tuy vậy nó vẫn dựa cột vấn điếu thuốc hút một hơi thiệt sâu chờ bữa. Trong nhà, gia đình chú Tư Nun và đám con cháu lạy bàn thờ tổ xong dọn đồ cúng kiếng xuống bộ ván rồi sai thằng Hó chạy ra

Cơm nước xong, chú thím Tư Nun hối đám nhỏ xuống xuồng trở về Thứ Hai trước trời tối. Trên đường đi khác với đường về, không biết vui gì trong bụng mà thằng Nõn tay chèo miệng hát nghêu ngao:

Ai về Rạch Giá, Kiên Giang
Ăn tô bún cá chứa chan tình người

Câu hát tân thời này coi bộ chưa đã miệng nó chuyển qua hò:

Hò... ơi!...Ra dìa bẻ lá cắm đây
Năm sau ta cứ, ơ hò... chốn này ta lên...

Gió Đưa Cây Bẹo

Vừa sanh ra con Bẹo đã bị thọt chưn bẩm sinh. Ông bà Hai Ớt thuộc giới thương hồ lấy ghe làm nhà nên con Bẹo cũng theo ghe rày đây mai đó mà lớn lên. Thấy con tật nguyền, nhưng tánh tình lại hồn nhiên, tươi thắm, ông Ớt càng thương con không thua gì bà Thìn, vợ ông. Mỗi lần treo trái cây toòng teng trên cây bẹo, ông lại bật cười nhớ lại vì đâu con gái rượu của hai ông bà có tên là Bẹo. Nguyễn Thị Bẹo.

Số là một hôm ghe vừa de đít cặp vô bến sông Bảy Háp, Cà Mau thì trời mưa lắc rắc. Ông Ớt đang loay hoay cột trái giác và lóng mía Lào trên cây bẹo thì bà Thìn nóng ruột quơ lấy tấm áo mưa ì à ì ạch chạy ra che cho ông.

Thấy cái bụng bầu vượt mặt lệt bệt chạy tới ông Ớt tuy thương vợ cũng phải nhăn mặt la lên: "Chèn đéc ơi! Mưa gió dzầy bà còn chạy ra đây làm gì. Giùm ơn dzô đi. Coi chừng cái bụng bầu bì kia kìa! Thiệt tình.". Bà Thìn cười giã lã: "Hông sao mà. Ông ướt hết rồi nè". Vừa nói bà Thìn vừa đánh phạch cái áo mưa ra, lầu bầu: "Mưa gì bất nhơn. Hổng đợi người ta treo cho xong trái giác...".

Mặc dù mưa lưa thưa rớt hột đủ ướt sàn ghe nhưng cũng vừa đủ để bà bầu bất ngờ trợt chưn té một cái "ạch" chổng gọng, đầu thì đập vô cây bẹo nghe một cái "bốp"..

Đầu gối bể bánh chè, cái trán sưng chù vù khiến bà Thìn nằm ưỡn cái bụng lên trời la làng; đau đến nỗi bà nhăn quéo mặt nghiến răng

rặn sao không biết lại tọt ra một hơi hai cái bào thai non. Đáng lẽ theo lịch ông Ớt đánh dấu ngày đưa ông Táo lên chầu Ngọc Hoàng bà Thìn mới chuyển bụng. Đằng này...

Ông Ớt xưa nay vốn trầm tĩnh, ít nói thấy vợ té xẩy thai cũng quýnh lên, hối hả chạy tới trước mũi ghe, gặp người hướng xuống bến kêu cứu. Người Ca Mau vốn hiền lành lại nhanh tay lẹ mắt. nghe tiếng la hớt hải mấy người dưới bến ba chưn bốn cẳng ù lên ghe xúm đưa bà Thìn xuống đặt nằm lên xe ba gác chờ sẵn đạp thẳng vô nhà thương, ông Ớt lạch bạch chạy theo, tay quệt nước mắt, tay vịn yên xe đẩy đi cho lẹ.

Nhớ lại cái ngày bà Thìn xẩy thai, ông Ớt hết hồn. Hớp miếng nước trà nguội ngắt ông chắc lưỡi thầm than:cũng may được ông trời thương - dù chỉ thương... một nửa - giúp cho mẹ tròn con vuông; chỉ tiếc cho cái thai thứ hai mất ngay khi lọt lòng, âu cũng là phận số thiên định.

Rồi lần theo năm tháng con Bẹo lớn lên trong niềm vui của hai ông bà. Ban ngày ông bà Hai Ớt tất bật ngược xuôi khắp miền Lục Tỉnh Nam Kỳ, buôn bán đủ các mặt hàng từ thực phẩm tới như yếu phẩm. Đêm về, thương con mọn, bà Ớt thắp đèn dầu dạy con học hành. Tuy bị tật chưn nhưng đầu óc con Bẹo lại thông minh, sáng lán, học đâu nhớ đó. Nhất là tánh tình con Bẹo suốt ngày cứ tíu ta tíu tít, cái giọng thì trời ơi, cứ tươi roi rói, thánh thót theo câu hát, giòn tan theo điệu nhạc. Nó không thích nhạc buồn, nghe cái giọng chim hót vui tươi rộn rã của nó, người trên bến dưới thuyền đều khen con bé có giọng hát trời ban, cái bản mặt thì bầu bĩnh, sáng rực đến dễ thương quá ể. Khi trở thành thiếu nữ, con Bẹo càng ngày càng trở nên giỏi giang, quán xuyến cả việc bếp núc lẫn sổ sách chi tiêu cho hai ông bà.

Có lần Bẹo đòi theo má lên bờ bổ hàng, ông Ớt không cho, nhưng bà Thìn nói chắc như bắp có tui ông đừng lo. Bềnh bồng sông nước đã quen, lần đầu tiên đặt chưn lên mặt đất Bẹo cảm thấy ngồ ngộ, là lạ, nhồn nhột dưới chưn. Lỗi tại mặt đất (nó cứng quá má ơi, như Bẹo than), không bềnh bồng, mềm mại như nước khiến Bẹo phập phồng, run chưn. Mà thiệt, Bẹo rụt rè bước chưa tới năm bước đã té nhào đầu. Cú té thiệt tình, dù lúc đó bà Thìn có nắm chặt tay con, nhưng theo đà té Bẹo lôi cả bà chúi nhủi xuống đất. Rốt cuộc Bẹo trẹo mắt cá, còn bà thì trầy một bên má.

Ở nhà thương về, bị ông Ớt rầy quá mạng, biết lỗi, cả hai mẹ con đều nín thinh. Từ đó, Bẹo ở luôn dưới ghe làm bạn với trăng sao, sông nước. Cũng như ông bà Hai Ớt, Bẹo coi ghe là nhà, nước.là... đất.

Tuy lấy ghe làm nhà nhưng mỗi lần tết nhất nghe bạn hàng than nhớ nhà nhớ xứ quá mạng khiến hai ông bà cũng xốn xang. Chiều về bên mâm cơm, ông Hai Ớt chạnh lòng theo nỗi nhớ quê của bà Thìn ở Xóm Thủ, cạnh cửa sông Bồ Đề mà lâu lắm ông không có dịp đưa bà về thăm.

Hồi thanh niên còn búi tóc, anh Hai Ớt là thợ chuyên môn sửa chữa máy móc cho ghe thuyền chết máy ở chợ nổi Cà Mau. Lúc đó cô Năm Thìn là khách thương hồ chuyên buôn bán các loại đặc sản miền Tây, một hôm từ vàm rạch Đường Kéo xuôi ghe về tới cầu quay Cà Mau thì lột dên..Sau khi rà xét máy móc dưới hầm ghe không thấy gì, anh để máy thử nghi dưới đáy ghe có vấn đề. Miệng ngậm ống nước thông thì hơi anh lặn xuống mới phát giác chưn vịt bị nứt gần gảy đôi, anh cẩn thận tháo chưn vịt đem về hàn khí đá.

Duyên nợ ba sinh sao đó, mới gặp nhau cả hai đều bị... "sét đánh".

Sau này anh Hai Ớt thổ lộ anh thương cô Năm Thìn ở sự cần mẫn, tháo vác, chịu thương chịu khó với nghiệp dĩ; còn cô Năm thì cảm mến anh Hai tuy có tài nhưng tánh tình thực thà, chất phác. Dần hồi hai anh chị đến với nhau, gần gũi, đỡ đần nhau riết rồi thành vợ thành chồng.

Từ đó, anh Hai Ớt theo vợ chuyển qua nghiệp thương hồ rầy đây mai đó trên sông nước; mê nghề đến độ ở tuổi về chiều mới được một mụn con.

Trải qua những cuộc bể dâu trong cuộc đời làm người, con Bẹo hồn nhiên, liến thoắng ngày xưa nay đã là bà chủ nghiêm nghị, lịch lãm của một công ty xuất nhập cảng nguyên liệu máy móc ghe tàu ở Sài Gòn và ba chi nhánh ở Cần Thơ, Cà Mau và Châu Đốc.

Bà Chơn Nguyên (tức con Bẹo thọt chưn) có chồng không ai khác hơn là con trai trưởng của ông chủ tiệm xuồng bè ở Cà Mau, chủ nhơn ông của anh thợ máy Hai Ớt ngày xưa.

Nhờ có tài kinh doanh cộng với một phần nhỏ tài sản bên chồng, lần hồi bà Chơn Nguyên tạo nên một cơ ngơi trải dài từ Sài thành cho tới miền Tây Nam phần Điều đáng ngưỡng mộ là càng giàu có, bà Chơn Nguyên càng hướng Phật. Khi đã thành công ngoài đời, với tấm lòng bác ái bà âm thầm đóng góp, giúp đỡ người nghèo, người sa cơ lỡ vận, trẻ mồ côi, nhất là những người dị tật như bà. Bà tự nguyện làm việc đó miệt mài, tận tụy.

Không phải vì dáng đi khập khễnh của bà Chơn Nguyên mà người ta không nể trọng bà. Ở Xóm Thủ, quê mẹ của bà có một trường tiểu học mang tên Chơn Nguyên. Xóm Thủ cũng là nơi an nghỉ của song thân bà là: ông Hai Ớt và bà Năm Thìn. Mỗi lần về viếng mộ, bà Chơn Nguyên thường ngồi lặng ở đó hàng giờ. Cũng như về tới Cà Mau, đứng trên cầu quay nhìn xuống bến đò bà bồi hồi nhớ lại chuyện sanh non trên ghe thuở xa mờ. Những lúc đó, nước mắt của con Bẹo ngày xưa lại nghẹn ngào ứa ra để bà Chơn Nguyên ráng nuốt ngược vào lòng mà thương cho đứa em song sanh yểu mệnh của mình.

Bà Chơn Nguyên, pháp danh Mật Tịnh, mất năm 1969 tại Cà Mau. Bà có bốn người con, cả bốn đều ăn học nên người và đều thành đạt trong thương trường. Có điều, cô Xưa, cử nhơn văn chương, cô con gái út của bà Chơn Nguyên, khi có chồng lại bỏ dạy theo chồng lênh đênh sông nước thương hồ. Anh chị cản cách mấy cô cũng tỏn tẻn cười" Út đi tìm ba má mờ. Hihi".

Sáng nay ở chợ nổi Cái Răng, Cần Thơ, ngồi trong mui ghe nhìn anh chồng dễ thương đang treo lóng mía Lào trên cây bẹo thì trời đổ mưa. Trời mưa lắc rắc vừa đủ ướt cây bẹo.

Nền Vua

- Ở Rạch Giá cũng có địa danh Tây Sơn hả nội?
- Có. Hiện nay ở ấp Tây Sơn vẫn còn "nền vua"...

* * *

Giữa thập niên 1950, ông nội tôi ở Quy Nhơn dẫn bầu đoàn thê tử vào Sài Gòn lập nghiệp, chọn đất Cầu Kho gần bến Hàm Tử mở trường dạy võ Bình Định. Mười lăm năm sau ông cáo lão hồi hưu, cha tôi kế nghiệp, dời trường về Tân Định, võ sinh ngày càng đông. Tuy vậy tình hình chiến sự giữa hai miền Nam Bắc đang leo thang khốc liệt, cha tôi được lệnh tái ngũ trở về đơn vị cũ ngoài miền Trung. Tôi - 30 tuổi, con một trong gia đình - trở thành chưởng môn đời thứ ba của nhà Nguyễn Võ. Từ ngày trở lại đơn vị cũ ngoài vùng 1 hành quân liên miên cha tôi ít khi trở về thăm nhà. Cho đến mùa hè năm 1972 được tin cha tôi hy sinh tại đường 9 Nam Lào, ông nội tôi ngã bệnh.

Trước ngày mất độ hai tháng, nội gầy nhom nhưng nội lực vẫn còn mạnh mẽ. Thì ra vì thương nhớ cha tôi ông mang một tâm bệnh gọi là bệnh buồn. Lần đó trước bàn thờ tổ, nội cẩn thận giao lại cho tôi một cái hộp mi-ca hình chữ nhật trong đó đựng miếng đất mẻ đã thâm nâu và một hộp mi-ca hình ống đựng một lưỡi chủy thủ hoen rỉ, không có cán. Nội trầm giọng nói: "Đây là di vật của nhà Tây Sơn chúng ta. Con hãy nghe rõ lời ta dặn: Cha con đã mất, con là cháu nội đích tôn của dòng Nguyễn Võ, hậu duệ của nghĩa quân Tây Sơn, có bổn phận phải giữ gìn vật thiêng này cho thận trọng, không được để thất thoát. Sau này con còn phải truyền lại cho đời con đời cháu của con".

Tôi nghe trong lòng bồi hồi xốn xang vì trọng trách này. Gọi là "di vật của nhà Tây Sơn" hẳn miếng đất thiêng và lưỡi chùy thủ này đã trải qua gần 250 năm kể từ năm Tân Mão 1771 Tây Sơn tam kiệt khởi nghĩa. Hỏi thì nội nói như mê: "Hai di vật này năm xưa tổ phụ của con đích thân lặn lội từ Bình Định xuống tận vùng Rạch Giá mạo hiểm vào khu rừng hoang miệt ấp Tây Sơn mới đào về được ".

Nói về lai lịch miếng đất nội cho biết: "Cũng nhờ ông Châu Sía, bạn tâm giao của tổ phụ con, về già lưu lạc xuống miền Hậu Giang chọn đất Tây Sơn hẻo lánh làm nơi ẩn cư. Khi khám phá ra *"nền vua Tây Sơn"* trong một cánh rừng già, ông đã đánh tiếng ra Quy Nhơn báo cho tổ phụ con biết lai lịch nền đất đó". Tôi hỏi sao ông Châu Sía biết đó là *"nền vua"* thì nội nói uy tín của các bô lão trong ấp một khi đã xác nhận về di tích nào đó thì không thể coi đó là trò đùa , hơn nữa nhờ công trình khảo nghiệm của tổ phụ con mới khẳng định di tích đó không phải là truyền thuyết trong dân gian mà nền đất đó có thực từ thời Gia Long tẩu quốc.

Chuyện ông nội tôi kể thật độc đáo.

Trước đời Gia Long, bờ biển Rạch Giá là khu rừng sác, nhiều cây mắm, cây giá, ô rô, cóc kèn, không giúp ích gì cho dân, nhưng nhờ bông tràm và cây giá nên huê lợi chính lá sáp và mật ong. Thời đó, đất Rạch Giá vẫn còn hoang dã, rừng tràm trầm thủy mênh mông, sông rạch chằng chịt, nhiều phèn và thấp. Những đợt Nam tiến tràn đi khai hoang lập ấp, lưu dân phải chọn những gò đất cao dọc theo sông Cái Lớn và Cái

Bé để cư trú, dần dà lập ra chợ Rạch Giá, từ đó mọc lên nhiều địa danh.

Địa danh là một tên gọi, do thói quen của người bản xứ nó được hình thành trong những hoàn cảnh đặc biệt từ một hoài bão, một ước mơ hoặc nhắc nhớ đến công lao nào đó mà đặt tên như Rạch Sỏi, Cù Là, Minh Lương, Tà Niên, Xèo Rô, Tắc Cậu, Bến Trống, Bào Láng, Heo Nằm Bếp, Thứ Ba, Thứ Ba Biền, Thứ Sáu Đình... Ấp thì có ấp Tà Keo, ấp Rạch Vượt, ấp Xoa Áo, ấp Rạch Đùng, ấp Xẻo May... Còn kinh rạch thì có kinh Dài, kinh Cụt, kinh Bà Lò Xén, kinh Chèm Chẹt , kinh A, kinh B... cho tới Thứ Bảy Kinh Làng là giáp mé biển Vịnh Xiêm La.

Nói tới Rạch Cây Giá (về sau đổi thành Rạch Giá) không ít người địa phương lấy làm hãnh diện khi biết thời xa xưa giữa lòng Rạch Giá lại có địa danh Tây Sơn. Nếu ai là dân Cây Xoài có thể biết từ Cây Xoài đi lên hướng Tây Nam khoảng 10 cây số đường chim bay sẽ gặp ấp Tây Sơn.

Trước thời thực dân, Tây Sơn là một ấp vắng vẻ, nghèo nàn, dân cư thưa thớt. Dân chúng ở đó sống bằng nghề ruộng rẫy, bắt rắn, giăng câu. Nhưng ấp Tây Sơn, sáng chim kêu, chiều vượn hú, mùa màng thường thất bát nên nhiều người chuyển qua nghề ăn ong (sáp và mật ong), buôn củi lậu. Chính những người thợ rừng này len lỏi theo các đường quanh nẻo tắt trong rừng để vận chuyển hàng lậu, vô tình họ khám phá ra một nền đất khác lạ. Phải tinh mắt lắm mới phát hiện được nền đất bị mưa nắng vùi dập, cây rừng phủ lấp gần hết. Thấy lạ họ sanh nghi về báo cho ông Châu Sía và các bô lão trong ấp biết. Hôm sau họ theo nhóm thợ rừng lội tới tận nơi nghiên cứu chứng minh thì biết nền đất này đã có từ lâu đời. Nghĩa là nền nhà bí mật bỏ hoang trong khu rừng rậm đó dân địa phương khẳng định là đồn lũy của nghĩa quân Tây Sơn năm xưa lập căn cứ để truy đuổi Nguyễn Phúc Ánh.

Năm 1782, vua Thái Đức (Nguyễn Nhạc) cùng Long Nhương tướng quân Nguyễn Huệ đánh Gia Định lần thứ tư, Nguyễn Phúc Ánh lại thua bị truy đuổi phải bỏ chạy vào Tam Phụ (Định Tường),qua cửa Cần Giờ, về Sóc Trăng, xuống Kiên Giang rồi ra đảo Thổ Chu thuộc huyện Phú Quốc. Khi tới Kiên Giang thì quân Tây Sơn mất dấu Nguyễn Phúc Ánh.

Trước khi lui về Quy Nhơn, anh em Nguyễn Nhạc, Nguyễn Huệ cho hạ trại dưỡng quân trong một cánh rừng già. Để tránh rắn rít, thú dữ quân binh Tây Sơn đã nhanh chóng đắp nên một gò đất cao làm đồn binh, chung quanh đào hào đắp lũy khá kiên cố. Đó là đồn lũy đầu não của nghĩa quân Tây Sơn nhằm tiến hành việc bình định toàn miền Nam sau này đồng thời tiếp tục truy tìm dấu vết Nguyễn Phúc Ánh và đoàn tùy tùng.

Ngày nay đồn lũy trên gò đất đó không còn, nhưng nền vua vẫn còn đó, vẫn trơ gan cùng tuế nguyệt mặc cho nắng mưa xâm hại, nứt nẻ, rỗ chằng.

Lịch sử đã ghi chép về Nhà Tây Sơn là một triều đại quân chủ được dựng nên từ những anh hùng áo vải cờ đào. Tuy chỉ tồn tại gần ¼ thế kỷ, nhưng trong lịch sử nước Nam công của nhà Tây Sơn rất lớn; dù công cuộc thống nhất đất nước không thành nhưng đã thành công trong việc mở mang bờ cõi sau hàng trăm năm đất nước bị chia cắt bởi cuộc phân tranh giữa hai thế lực Trịnh - Nguyễn. Để ghi nhớ công lao tiền nhân, dân chúng đã lập đền thờ các anh hùng dân tộc của triều đại này, một triều đại với những chiến công hiển hách chống ngoại xâm, bảo vệ sơn hà xã tắc đồng thời đưa ra nhiều kế hoạch cải cách kinh tế, văn hóa và quân sự.

Đoạn viết thêm

Truyện Nền Vua kể trên xảy ra trước thời kỳ mất nước. Còn người xưng "tôi" trong truyện này là võ sư Nguyễn Võ Côn, nay đã 80 tuổi, hiện sống cùng gia đình tại một tỉnh nhỏ thuộc miền Nam nước Pháp. Năm ngoái, tôi, người viết cốt truyện này, cư trú ở Toronto, Canada nhận được thư của võ sư Côn mời qua Pháp thăm gia đình ông được ông cho xem hai báu vật thời Tây Sơn khởi nghĩa: một hộp mi-ca đựng miếng đất mẻ và một hộp mi-ca hình ống đựng lưỡi chủy thủ, như đã nói ở phần trên. Sau đó, bên cốc rượu nho tôi nghe ông Côn tâm tình với nhiều chuyện bất ngờ đến thú vị.

Ông nói cha ông đặt tên ông là Côn vì ông sinh tại huyện An Lão, đầu nguồn dòng sông Côn, tỉnh Bình Định. Thuở nhỏ đến lớn ông Côn vốn ưa thích phiêu lưu mạo hiểm, thường chọn rừng sâu núi thẳm luyện võ công. Khi nhậm chức chưởng môn của dòng Nguyễn Võ ở Sài Gòn, vai mang trọng trách giữ gìn hai di vật đời Tây Sơn, võ sư Nguyễn Võ Côn đã có ý định khi có dịp sẽ đi Rạch Giá lên Tây Sơn tìm hiểu thêm về "nền vua".

Vậy mà sau khi ông nội của võ sư Côn thất lộc mãi đến hai năm sau ông mới thực hiện được chuyến đi thăm "nền vua" ở ấp Tây Sơn. Lúc bấy giờ không còn ai biết tung tích ông Châu Sía lưu lạc về đâu. Ông Côn hỏi thăm di tích nền vua thì được các bô lão địa phương chỉ dẫn ông đi sâu vào một cánh rừng ở phía Đông Nam.

Theo con đường mòn ông Côn băng rừng lội rạch đi mãi. Trưa trời đứng bóng, nắng vẫn không xuyên qua nổi những kẽ lá. Lúc quẹo cua tới gốc cây mù u định nghỉ chân bất ngờ ông

Côn bị kẻ lạ từ trong bụi lao ra tập kích. Ông ngạc nhiên không hiểu tại sao hai tên du kích Việt cộng lại muốn giết mình, nhưng ông chợt hiểu vì không muốn bị lộ hành tung, hai tên này đã dùng báng súng dánh thẳng vào mặt ông nhằm diệt khẩu. Là con nhà võ chân truyền võ sư Nguyễn Võ Côn bình tĩnh rùn người xuống tránh đòn ác hiểm đồng thời ông nhanh nhẹn nhích tới xòe hai bàn tay thép vỗ mạnh vào mạn sườn để hở của hai tên địch. Bị dính đòn cả hai tên tức thở buông súng ngã vật xuống đất ú ớ ôm mạng mỡ lăn lộn lộ vẻ đau đớn cùng cực. Ông Côn không muốn giết người, dù họ là Cộng phỉ, nên ông lặng lẽ lượm hai cây AK ném xuống rạch xong quầy quả trở về Sài Gòn ngay. Chuyện tìm nền vua đành phải để dịp khác.

Đang say sưa kể chuyện chợt nhìn thấy ánh mắt của bạn ông Côn biết ngay tôi muốn nói gí, ông tiếp luôn: "Ông bạn à! Võ học là một nghệ thuật siêu đẳng. Tôi học võ gia truyền để không bị thất truyền. Luyện võ cũng có cái lợi là để cường thân kiện thể và để phòng thân mỗi khi gặp bất trắc. Trong đời võ nghiệp tôi từng hạ nhiều đối thủ nhưng chưa bao giờ có ý dụng võ để hạ độc thủ. Năm xưa trong cánh rừng ở ấp Tây Sơn, Rạch Giá nếu muốn giết người bịt miệng tôi chỉ cần điểm vào tử huyệt của hai anh du kích là xong ngay. Nhưng họ cũng là con người có cha, có mẹ, có anh, có em; cho dù họ bị chủ nghĩa Cộng sản nhồi sọ đến mất cả lương tri, tôi vẫn sẵn sàng tha thứ cho họ, vì họ không hiểu biết, không ý thức hành động của mình, vạn vật đồng nhất mà. Cho tới bây giờ, biết chắc hai anh du kích năm xưa sau cơn đau sẽ thoát nạn, nhưng thưa bạn, tôi vẫn còn áy náy về hành động tự vệ dù chính đáng của mình.

Võ sư Nguyễn Võ Côn còn cho biết dòng dõi gia đình ông xưa kia mang họ Võ theo phò Tây Sơn tam kiệt đổi thành họ Nguyễn nhưng vẫn lót chữ Võ để nhớ họ xưa của mình.

Nhưng hào hứng nhất tôi còn được cháu nội của võ sư Nguyễn Võ Côn biểu diễn những đường quyền Bình Định vô cùng dũng mãnh và đẹp mắt, không hổ danh "con gái Bình Định múa roi đi quyền".

Lúc từ biệt tôi được ông Côn tặng cặp rượu nho do chính tay ông cất. Có nhãn hiệu in ấn đàng hoàng, đề: *"Tửu Võ"*. Ý nói rượu của nhà Nguyễn Võ, ông Côn nói vậy. Về nhà một tuần sau tôi mới khui rượu uống và viết ra truyện ngắn này.

Uyên Ương Gãy Cánh
người kể chuyện

Năm đó, tôi và Nhược Thủy ăn Giao Thừa tại nhà vợ chồng cô em vợ vui đến độ say khướt hồi nào tôi không hay. Khi tiếng pháo Giao Thừa đua nhau nổ giòn khắp các đường phố Sài Gòn, tôi giựt mình, ngơ ngác nhìn quanh mới hay mình đang ngồi trước sân nhà Nhược Thủy và ngạc nhiên bắt gặp mình đang... khóc nức nở trong vòng tay người yêu. Tiếng khóc say rượu lúc đó, anh ơi - nghe sao mà tỉ tê, thê thiết. Tiếng khóc vật vã, kể lể sự tình chẳng hề giống ai trên cái cõi đời ô trược này. Rõ ràng là tiếng khóc sụt sùi dụi đầu vào ngực Nhược Thủy nên âm thanh như bị... gói kín trong chiếc áo màu hoàng kim người yêu tôi hay mặc. Rồi, chắc vì gió, tôi lại mơ màng chìm vào cơn say. Cho tới một lúc nào đó, đột nhiên tôi cảm thấy hụt hẫng, mất thăng bằng, mở mắt ra mới hay Nhược Thủy đã bỏ vô trong nhà từ lúc nào. Khi tiếng khóc mất điểm tựa, không còn ai dỗ dành, an ủi tôi đâm ra chới với, tủi thân và hoàn toàn tỉnh rượu.

Lúc đó trời đã quá khuya. Nhịp sống Sài Gòn hầu như lắng xuống. Chỉ còn lại thoáng gió lành lạnh trên nhánh cây xoài mọc trong sân nhà. Khi say tôi hoàn toàn không ý thức được mình đã kể lể, than khóc những gì, nhưng chắc khuya quá Nhược Thủy sợ mấy đứa em trong nhà hoặc hàng xóm nghe thấy nàng đâm ra ê chề, ngán ngẩm bỏ vô nhà cũng phải.

Nửa đêm nửa hôm ngồi một mình giữa đất trời hiu quạnh tôi không còn chỗ dung thân, cũng không còn ai chấp chứa, cùng đường bèn trèo lên cây vú sữa ngủ qua đêm. Nói là ngủ chớ tài nào chợp mắt nổi. Phần vì lạ chỗ không quen, phần vì lạnh, bị muỗi chích, phần vì sợ công an nên tôi nằm trằn trọc cho đến sáng.

(Nói rồi Hoài tằng hắng sửa giọng, mắt lim dim đọc:

> *Ai biết đời tôi có ngày này*
> *Người ở thành lại ngủ trên cây*
> *Nửa đêm xuân xiếc về ngang hỏi*
> *Hết chỗ rồi sao ông ngủ đây?)*

Tờ mờ sáng mùng một Tết vừa nghe có tiếng người đi ngoài đường, tôi vôi vàng tuột xuống tìm đôi dép nhưng không thấy nghĩ là trộm đã chơm mất, bèn đi chân không ra quán cốc đầu đường uống cà phê. Cũng may, hôm qua Nhược Thủy đã cẩn thận dúi vào túi áo tôi vài đồng bạc lẻ cười nói ra đường lỡ đụng bánh tráng của người ta còn có tiền mà đền.

Quán mới lên đèn, hơi sương còn ướt ghế. Khách thưa thớt vài ba người. Đầu năm đầu tháng gặp phải phường khố rách áo ôm như tôi, chị chủ quán đã tỏ ra thiếu thiện cảm ngay. Đã vậy tôi còn ngồi đồng cả tiếng đồng hồ nhăm nhi mỗi ly cà phê xây chừng nhỏ xíu khiến chị đâm ra nghi ngờ, kề tai người giúp việc xì xầm điều gì đó mà cả hai đều mắt lộ hung quang. Để tránh khỏi gặp phải lôi thôi tôi đứng dậy bỏ đi, lết thết băng qua đường nhắm xe sinh tố lộ thiên đi tới. Ngồi trên ghế đẩu, lưng dựa tường tôi vừa uống sinh tố vừa sầu thế sự. Chưa bao giờ một cựu sĩ quan Quân Lực Việt Nam Cộng Hòa, một tù binh vượt ngục trở thành một kẻ vô gia cư, vô nghề nghiệp rơi vào thảm cảnh như vầy. Nhiều khi tôi nghĩ thà ra đầu thú may ra còn có nhà tù để ở, có cơm tù để ăn hơn là sống trong tình cảnh bấp bênh, chẳng biết đâu là ngày mai.

Đang nghĩ quẩn đột nhiên tôi gần như không tin vào mắt mình khi thấy Nhược Thủy từ đàng xa đạp xe chạy tới ngang qua chỗ tôi ngồi với nét mặt đầy vẻ bồn chồn, lo lắng. Tôi thoáng ngạc nhiên và thắc mắc mới sáng sớm mà Nhược Thủy lại đi đâu? Nhưng nhìn thấy đôi dép sapo cũ mềm, đứt quai, há miệng, mòn đế của tôi nằm chỏng chơ trong bọt-ba-ga trước cổ xe đạp tôi vụt chạy theo khi hớt hãi gọi tên nàng. Nghe tiếng gọi, Nhược Thủy ngoái đầu nhìn lại, nhận ra tôi nàng mừng ứa nước mắt. Nhược Thủy kể lại tối hôm qua sau khi vô nhà khoảng nửa tiếng sau nàng đã lén lút ôm mền ra cho tôi đắp nhưng không thấy tôi đâu ngoài đôi dép nằm chỏng chơ trên nền gạch nên nghĩ là tôi đã bị Công An bắt dẫn đi rồi. Suốt đêm lòng nóng như lửa đốt người yêu tôi mong trời mau sáng để xách xe chạy đi tìm tôi. Anh thấy không, tình yêu của hai chúng tôi keo sơn, gắn bó đến chừng nào. Tôi chủ quan, dù rằng tôi có trở thành một tên thất cơ lỡ vận, khố rách áo ôm hay trôi sông lạc chợ nàng vẫn không màng, vẫn bán vàng nuôi tôi và yêu tôi tha thiết.

Tôi xin kể tiếp. Vâng, sau khi chúng tôi gặp lại nhau, Nhược Thủy có một quyết định táo bạo là sẽ đưa tôi lên căn gác nhà nàng ẩn trú! Để chắc ăn, trước đó nàng đã dụ cho tiền mấy đứa em đi xi-nê rồi chờ đêm xuống ra dấu cho tôi bò vô nhà, rón rén leo lên căn gác, lén lút sống quên ngày tháng như một tên tội đồ thầm lặng nhất, một thứ Ann Frank thời đại, một ông vua không ngai, cho tới một ngày...

Vâng, cho tới cái ngày. Không phải. Phải nói là cho tới nửa đêm về sáng chúng tôi đang say giấc điệp thì giựt mình thức dậy vì nghe có tiếng đập cửa và tiếng người kêu ơi ới ở dưới nhà. Lúc đầu chúng tôi tưởng Công An tới xét "hộ khẩu" nhưng nghe kỹ thì Nhược Thủy chợt ngốc đầu dậy khẽ nói là má Nhược Thủy trên Đà Lạt xuống. Thỉnh thoảng ba bốn tháng bà vẫn xuống cung cấp tiền bạc cho con cái và ngủ trên căn gác này. Thế là, trong khi Nhược Thủy chạy xuống mở cửa, tôi ba chân bốn cẳng quơ vội đôi dép thổ tả vọt ra phía sau leo tường tuột xuống hẻm chuồn nhanh ra đường cái. Đã vậy, anh biết không. Đúng là nghèo lại mắc cái eo. Vừa chạy ra đầu ngõ hẻm tôi đụng ngay một gã trung niên tự xưng là

Tổ trưởng la ai đó đứng lại. Hoảng quá tôi quăng cả dép, cắm đầu chạy thục mạng. Đêm đó tôi lũi đại vô chợ Thái Bình góc đường Phạm Ngũ Lão - Cống Quỳnh núp vào một xó tối vuốt ngực thở gấp vừa thương cho thân phận cay đắng của mình vừa thầm rủa tên Tổ trưởng chết bầm. Xin lỗi anh.

Ở đời mấy ai học được chữ ngờ. Dĩ nhiên cùng quẫn như tôi cũng không ngoại lệ. Thực vậy, tôi không ngờ lần bỏ chạy đó lại là lần cuối cùng tôi chạy ra khỏi cuộc đời Nhược Thủy.

Tới đây Người Thơ lang bạt lại tằng hắng, mắt lim dim, da diết đọc:

Nước đi ba tháng không về
Ngày nào anh cũng giận thề quên em
Nỗi đời lây lất chồng lên
Đầu anh niềm nhớ không tên hành hoài
Nước đi suốt chín năm dài
Đêm nào anh cũng nằm nhai mối sầu
Nhiều phen trằn trọc canh thâu
Nhai nhằm miếng nhớ làm đau điếng hồn
Nước đi ra biển xa nguồn
Hai mươi năm lẻ tiếng buồn anh mang.

Đọc xong, Người Thơ phong sương, đau khổ gật gù lặp lại nước đi ba tháng không về. Vâng, Nước là Thủy, anh cũng hiểu rồi. Vâng, người yêu tôi đã đi vượt biên ngay sáng hôm sau tại Bà Rịa, như người nhà nàng cho biết. Đó là một sự chọn lựa khôn ngoan. Có điều, tôi vẫn chủ quan cho rằng Nhược Thủy không bao giờ bỏ tôi mà đi đành đi đoạn như vậy, nếu không bị áp lực của gia đình. Nhưng mà chuyến đi đó... Chuyến đi định mệnh, anh hiểu không? Từ đó tới nay đã ngót bốn mươi năm rồi, không một ai, kể cả gia đình Nhược

Thủy biết được tông tích chiếc ghe, trên đó có người tôi yêu đã vượt tới bến bờ nào.

Thưa anh, nay dù đã tới cái tuổi thất thập cổ lai hi, tôi vẫn còn độc thân và vẫn coi mối tình của tôi và Nhược Thủy là mối tình lớn nhất trong đời này.

Chuyện Tình Một Tháng Lẻ Một Ngày

Truyện cổ tích "Ngàn Lẻ Một Đêm" của xứ Ba Tư là một câu chuyện tình cảm lãng mạn giữa tên bạo chúa Ba Tư Shahriyar và nàng Scheherazade. Đây là một câu chuyện thần tiên được con gái của viên tể tướng là Sheherazade đã kiên trì, khôn khéo trải qua hàng ngàn đêm, liên tục kể cho bạo chúa nghe những câu chuyện về cuộc sống con người, về tình yêu và lòng thù hận, về các đô thị thần thoại, về chiến tranh, hòa bình và pháp thuật, về loài vật biết nói v.v… nhằm cải hóa bản tính khát máu của nhà vua phương Đông. Kết quả vua Ba Tư được cảm hóa, ông bãi bỏ lệnh bắt giết các cô gái vô tội mỗi khi trời sáng và đã cưới nàng Sheherazade làm vợ, đẻ được ba người con.

Ngày nay, ở bên Mỹ cũng có một cuộc tình, dĩ nhiên không phải hoang tưởng mà có thực, tuy hoàn toàn không dính dáng gì tới câu chuyện thần tiên kể trên, nhưng so với thời gian "một ngàn lẻ một đêm" bên xứ Ba Tư thì cuộc tình bên xứ Cờ Hoa chỉ xẩy ra có "một tháng lẻ một ngày".

Chuyện như vầy, xin kể Quý vị nghe:

Bảy Háp quê ở Xẻo Rô, Rạch Giá. Trước 1975, anh Bảy là trung sĩ Hải quân, chuyên sửa chữa máy móc tàu bè thuộc Căn Cứ Hải Quân Kiên An đóng ở Xẻo Rô quê anh. Năm 1956, vì công vụ, phòng Tổng quản trị Bộ Tư Lệnh Hải Quân VNCH gởi công văn xuống điều anh Bảy về Sài Gòn hợp với những toán lính thợ Hải quân Công xưởng Ba Son chuyên lắp ráp, tu bổ, sửa chữa những tàu khu trục, giang đỉnh và chiến hạm nhỏ do quân đội Liên hiệp Pháp để lại sau khi rút khỏi Việt Nam. Hai năm sau, thủy thủ Bảy Háp lại được lệnh thuyên chuyển ra đảo Bình Ba cũng cùng công việc của anh thợ máy mát tay. Bình Ba là một đảo nhỏ nằm trong vịnh Cam Ranh, cách cảng Ba Ngòi khoảng 15km về phía đông.

Khi Bảy Háp được thăng cấp Trung sĩ Nhất cũng vừa lúc anh được trả về lại đơn vị cũ Hải quân Kiên An ở Xẻo Rô. Trở về quê như cá gặp nước, mỗi cuối tuần Trưởng xưởng trung sĩ nhất Bảy cùng đám em út trong toán thợ máy tha hồ rong chơi, hội hè, bù khú ở các hàng quán dọc theo bờ sông. Là đệ tử của Lưu Linh, Bảy Háp uống rượu như hũ chìm, hút thuốc lá bất kể thượng vàng hạ cám từ Pall Mall, 555, Salem, Craven A, Rubie Quân Tiếp Vụ, thuốc rê, thuốc lào... đến vàng cả hai ngón tay.

Hách-xì-xằng vậy đó. Bảnh chọe, ngon ơ vậy đó. Vậy mà lần đầu tiên trong đời Trung sĩ nhất Bảy nhà ta tình cờ giáp mặt chế Keo của tôi trong một tiệm bánh là chàng cứ như bị ai hớp hồn. Chế Keo, tên do ông nội tôi đặt, là chị bà con chú bác của tôi. Ngoài vẻ nết na, hiền hậu của một cô gái quê, chế Keo còn giỏi về nữ công gia chánh, chế làm bánh rất ngon và mở một tiệm may rất đông khách, nơi anh thủy thủ đa tình mượn cớ đem quần áo ra sửa để được gần gũi, ve vãn người đẹp mộng mơ.

Trung sĩ nhất Bảy, từ ngày bị tiếng sét ái tình đánh cho te tua, cứ chiều chiều xong việc thủy binh là chàng phóng xuống sông Cái Lớn bơi một vòng cho sạch dầu mỡ xong lên bờ diện bộ đồ hải quân láng coóng hăm hở vô phố đi tìm "người tình trong mộng". Nói nào ngay vào thời buổi đó cũng may cho anh Bảy Háp.

Số chế Keo là con cháu ba đời của nội tổ tôi mang họ Châu gốc Triều Châu (còn gọi là người Tiều). Năm 1644, nội tổ chúng tôi chạy giặc Mãn Thanh từ Trung Hoa sang Việt Nam chọn Rạch Giá làm quê hương thứ hai để lập nghiệp. Thời đó, vào thế kỷ 17, để nối dõi tông đường, gia đình người Triều Châu không chấp nhận gã con gái (Ka-kỳ-nán) của họ cho con trai Việt (An-nàm-nán), ngược lại con trai Ka-kỳ-nán có thể cưới con gái An-nàm-nán dễ dàng. Vì vậy, trải qua nhiều đời người Triều Châu trở nên đông đúc đến nỗi trong dân gian truyền khẩu câu ca dao để đời:

Bạc Liêu nước chảy lờ đờ
Dưới sông cá chốt trên bờ Triều Châu

Nhưng không riêng gì tỉnh Bạc Liêu, thời xa xưa đó đã thu hút một số lượng lớn người Trung Hoa đến Việt Nam, đa số là người Tiều đến lập nghiệp từ Sài Gòn - Chợ Lớn xuống tới Lục Tỉnh Nam Kỳ, trong đó đất Rạch Giá (xưa gọi là Rạch Cây Giá) là nơi duy trì dòng dõi họ Châu chúng tôi cho tới tận ngày nay. Xã hội ngày một tân tiến, quan niệm hôn nhân của người Tiều cũng cởi mở hơn, không còn bị nhiều ràng buộc như xưa nên anh Bảy, sau một thời gian dài hẹn hò qua lại với chế Keo, đã nhờ Chệt Xiếm tôi mai mối mà nên duyên chồng vợ, một năm sau hạ sanh đứa con trai đầu lòng.

Biến cố 30 tháng 4/1975 nước mất nhà tan, thủy thủ Bảy Háp đưa vợ con xuống tàu Hải quân ra khơi được Hạm Đội 7 đưa về đảo Guam, sáu tháng sau đi định cư tại Texas, Hoa Kỳ

Thời gian êm ả trôi qua, anh chị Bảy Keo, thay vì mong muốn có một cô con gái lại lần lượt sanh thêm bốn quí tử, vị chi là năm. Cái câu: "ngũ quỷ nam phi" đâu không thấy chỉ thấy dưới mái nhà của họ nhộn nhịp, lao xao biết bao nỗi niềm hạnh phúc. Hiếu tử là những khái niệm có từ thời xa xưa, nhưng trong một gia đình lương thiện như anh chị, ngũ hiếu mới trở thành một lẽ sống mãnh liệt.

Thập niên 1980 đợt sóng người Việt tỵ nạn Cộng sản ồ ạt bỏ nước ra đi, trong đó có sáu chị em, con của người anh và ba đứa con của người chị lần lượt vượt biên tới trại tỵ nạn Songkhla, Thái

Lan. Dù chẳng giàu có gì ngoài giàu lòng nhân ái, anh chị Bảy Keo cũng ra sức bảo lãnh cả chín đứa cháu qua Mỹ sống nheo nhóc với năm đứa con của anh chị dưới một mái nhà bình thường.

Tạo hóa đôi lúc thật bất công. Thay vì hết lời ca tụng vẻ đẹp của đức tính và nhân cách con người, ông Trời lại dúi vô tay anh Bảy mảnh giấy thất nghiệp về nhà nằm chơi sơi nước. Nhưng anh Bảy xưa nay không quen… "sơi nước" ngoài rượu bia. Ngay cả chế Keo cũng mấy khi hớp một ngụm nước ngoài nước sinh tố sau mỗi bữa ăn. Để nuôi một lúc 14 nhân khẩu đang trên đà lớn dậy (một ngày dứt hết bốn bịch sữa tươi), anh Bảy thất nghiệp phải mở garage sửa xe hơi gần nhà, chế Keo vẫn làm thợ trong một hãng may, cuối tuần làm thêm bánh trái đem ra chợ bỏ mối.

Thời gian trôi qua, cuộc sống cũng hối hả trôi theo. Khi tất cả đàn con cháu cứng cáp nên người lần lượt bay đi trả lại căn nhà xưa vốn náo nhiệt lại chìm trong lặng lẽ, u sầu. Lúc về hưu anh Bảy càng uống rượu hút thuốc tợn hơn xưa. Hồi trước, người nghiện thuốc lá hút ở đâu cũng được: trong nhà, trong xe, trong máy bay, trong các cửa tiệm, hàng quán, thậm chí nhà thờ, chùa chiền cũng không ai cấm. Thời đó anh Bảy hút thuốc lá trong nhà là chuyện bình thường, cả nhà không ai bắt anh ra sau hè mà hút. Nhưng anh không ngờ khói thuốc lá là mầm sanh bệnh ung thư phổi di căn cho người vợ và dĩ nhiên cho cả chính mình sau này.

Điều rất dễ nhận ra là sức khỏe của chế Keo thỉnh thoảng lại rơi vào trạng thái mê hoảng, thất thần. Trạng thái đó ngày càng thường xuyên khiến anh Bảy cảm thấy bất an, đưa vợ đi khám bệnh mới biết vợ bị ung thư phổi. Trò đời quái ác rõ ràng chẳng từ nan ai. Một năm sau anh Bảy cũng mắc phải bệnh này. Đúng là hữu thân hữu khổ. Sau ba năm chống chọi cơn bệnh trầm kha, chế Keo anh Bảy đã phải bán căn nhà tràn đầy kỷ niệm của mình theo gia đình vợ chồng đứa con thứ qua Florida dưỡng bệnh, sống được ngày nào hay ngày nấy.

Nhớ cái ơn nuôi dưỡng năm xưa, sáu gia đình đứa cháu và hai đứa cháu gái, con người anh thứ của chế Keo từ San José, Bắc California, kể cả sáu đứa cháu con người chị (qua Mỹ không bao lâu) cùng bay qua Florida thăm người ơn nằm bệnh. Thói đời vốn bạc bẽo, có người nặng lời cho rằng mang ơn người khác là một gánh nặng cần phải "quẳng gánh ơn đi mà vui sống". Nhiều người đã từng làm như vậy, trừ con cháu của anh chị Bảy Keo; họ đã không quẳng gánh đi, ngược lại trên đôi vai ngày một vững vàng hơn họ đã mang cái gánh ơn nghĩa này đi cho hết cuộc đời làm người. Trong thời buổi nhiễu nhương, tình nghĩa hiếm hoi giữa cô cháu thật đáng quý trọng.

Buổi sáng một ngày cuối thu, đám mây trắng như những chùm bông tủa ra thành hoa văn trang trí nền trời xanh thắm. Dưới đất, giữa cảnh vật thiên nhiên của miền đất và vùng biển nhiệt đới, căn nhà đồ sộ và vườn hoa tươi mát như tách rời khỏi mọi biến động trần gian. Thật kỳ lạ và thật đẹp, trên chiếc ghế đá đặt cạnh hàng cây dừa trong vườn nhà nơi anh Bảy hay dìu chế Keo ra ngồi hít thở không khí trong lành, ngắm những con chim xuống đất ăn mồi, anh nhìn thấy một chiếc lá vàng, chiếc lá nằm im, dù có gió thoảng qua vẫn không nhúc nhích, chiếc lá không còn thở nữa.

Buổi sáng đó, anh Bảy qua đời trong niềm thương tiếc đau buồn của những người thân. Trong tận cùng mất mát và khổ đau, chế Keo tôi thân mang trọng bệnh lại mất chồng, đã không còn sức gượng lại được, cũng vội vàng xuôi tay nhắm mắt lìa đời, sau một tháng lẻ một ngày, cái ngày anh Bảy ra đi.

Nhìn chung, trong suốt quãng đời làm người với ngót 45 năm tình nghĩa vợ chồng của chế Keo và anh Bảy, theo tôi thật tình mà
nói cũng chỉ tóm gọn trong một khoảng thời gian hết sức ngắn ngủi: một tháng lẻ một ngày, viết theo con số là 31 ngày.

Đời vốn vô thường. Vô thường như vòng hoa tang rồi sẽ tàn úa và tan biến đi trong cõi đời ô trược đầy khổ đau này.

Mối Dây Kỳ Ngộ

Nhớ hồi mới lên tám tui đã có mối tình đầu rồi. Nhưng mà mối tình con nít để đời này trước sau đều do con nhỏ Tàu lai cột dính tui vô với nó chớ nhà quê ruộng như tui bơ ngơ báo ngáo hổng biết gì ráo trọi.

Con nhỏ họ Lã tên Xíu Nương thiệt đáo để; nó hổng phải "người thường". Con Mối, nhà thường gọi vậy, thay vì cột tay cột chưn tui, nó lại quăng mối dây tơ hồng, mềm mềm, mỏng mỏng, dài dài của nó tròng vào buồng tim tui, thắt chặt. Con Mối chút xíu nên tứ chi, mình mẩy cũng chút xíu, nhưng nó lẹ như sóc. Có lẽ bà Eva ở vườn địa đàng bỏ nhỏ sao đó khiến nó hăm hở siết mối tơ hồng thiếu điều con tim tui muốn rụng, có nghiến răng ken két mụ nội tui cũng hổng làm sao tháo ra cho đặng.

Một buổi hơi trưa, trời xui đất khiến con Mối mò lên gặp lúc nhà vắng người, cặp mắt hí rị mà đẹp thần sầu của nó chợt ánh lên khác thường khiến tui chưa kịp thủ thế đã bị nó nhào tới đè xuống hun chí choát. Má ơi, miệng nó ngậm hoa hồng hay uống dầu thơm sao đó mà hơi thở con nhỏ thơm lên tận óc tui cho tới tận bây giờ nó cũng hổng chịu tàn phai.

Nó ở dưới lầu với chú thím Ký, là ba má nó. Tui ở trên lầu với ba má tui. Nó con một. Tui cũng con một. Phải công nhận con Mối dễ thương như trăng mới mọc, măng vừa nhú, nụ vừa hé. Dáng nó thon thon. Da nó trắng như trứng gà bóc. Sáng sáng hai đứa hồn nhiên sánh vai nhau đi học. Trường mẫu giáo nằm xeo xéo bên kia đường chớ xa gì đâu nà. Chiều về cơm nước xong là nghe con Mối leo lẻo hát dưới nhà. Hết

"Kìa con bướm vàng" tới *"Trông kìa con voi"* rồi *"Tết Trung thu rước đèn đi chơi"*...

Những bài hát nhi đồng thơ ngây cứ vậy trôi dài qua năm tháng, trườn mình theo biến thiên của cuộc đời dần dà chuyển thành những bản tình ca đôi lứa. Tới chừng đó Mối ngọt giọng hơn, tình tứ thiết tha hơn:

- *Ngày xửa ngày xưa, đôi ta chung nón đôi ta chung đường. Lên sáu lên năm đôi ta cùng sánh vai nhau cùng trường...*

- *Hoa lá nở thắm đẹp làn môi hồng. Xuân đến rồi đây nào ai biết không...*

Mà Mối ngộ lắm nghen. Đang nồng nàn qua từng bài hát bất chợt em trỗi giọng lảnh lót trở về nguồn:

Kìa một nàng Trung Hoa. Răng trắng tinh như là ngà. Nàng cười tươi như hoa thắm. Cô em tha thướt mượt mà...

Thoạt nghe tui thấy vui vui nhưng nghe riết rồi con tim tui chợt... rụng. Lúc đó tui mới khám phá ra mình... biết mần thơ như ai. Nói dóc chết liền, thơ tui có rặn đỏ mặt bất quá cũng lòi ra vài ba con chữ, còn thì toàn là chôm chỉa thơ Xuân Diệu, Lưu Trọng Lư, Huy Cận nhét vô cho đầy trang giấy. Thời trào Tây, người ta thường dùng giấy pơ-luya xanh xanh, hồng hồng cho nó có tình có tứ. Cứ vậy, mỗi ngày tui rặn một bài thơ trên giấy pơ-luya lúc hồng lúc xanh, hiên ngang ký tên Lã Ùi Dây xong nhờ con Thẻo, cháu họ của má tui, lén đưa tận tay em Mối.

Những trang thơ "thần thánh" đó ai ngờ lại trở thành tấm thảm thần chở tiếng hát của Mối lượn lờ như con diều bay cao. Khoái tỉ, tui xách đờn ra khảy từng tưng nâng tiếng hát của Mối vượt khỏi… mái nhà. Khỏi nói, cả Mối và tui, đứa nào cũng sướng rên. Được đà một hôm tui cao hứng dựa cột ngân nga câu ca dao tới lui một hồi hổng biết sao nó lại… lòi ra điệu nhạc:

Trời xanh bông trắng nhụy huỳnh
Đội ơn bà ngoại đẻ má, má đẻ mình dễ thương

Lúc thấy hai đứa tui coi mòi lậm nhau quá, chú thím Ký mới tách "hai trẻ" ra, không cho gặp nhau, đồng thời cấm không cho Mối hát nữa. Đã vậy còn bị A Lúi, chị bà con của Mối moi ra xấp thơ tình của tui mà Mối giấu dưới gối bắt đốt sạch. Mối đốt mà ấm ức suốt đêm. Hôm sau cặp mắt Mối sưng chụp bụp, con Thẻo nói vậy. Nó còn nói người Tiều cùng họ không được lấy nhau, tui nghe mà rầu thúi ruột.

Từ đó tui không còn nghe Mối hát nữa, cũng không còn thấy Mối lai vãng sau bếp như thường ngày, ngoài A Lúi. Tui đang rầu rĩ thì con Thẻo cho hay chú thím Tám đã đưa Mối về Sài Thành không trở về nữa.

Thưa bạn đọc,

Bốn mươi năm sau, dù những bậc sanh thành đã qui tiên từ lâu, dù cả Mối và Dây tóc đã điểm sương, vẫn cách biệt nhau, vậy mà vẫn chưa người nào có gia đình. Giữa cảnh đời nhất thiết giai không, nói về tình yêu đôi lứa thì mười cặp đã đi đoong hết tám. Đi đon là đi mất biệt, suốt đời không bao giờ gặp lại. Ấy vậy mà Lã Xíu Nương và Lã Ùi Dây lại có một mối dây vô hình xuyên qua đời họ, buộc họ lại với nhau thành một "mối dây kỳ ngộ".

Truyện kể về đôi tình nhân vì hủ tục đã phải dứt áo lìa nhau, mãi đến 53 năm sau, ở tuổi thất thập mới nên nghĩa vợ chồng; hiện họ sống ở huyện Giồng Riềng, tỉnh Rạch Giá. Đây là chuyện có thật do Châu hiền nội kể, tôi mạn phép ghi lại bằng bút pháp của mình.

Tình Muộn
(Mối Dây Kỳ Ngộ) *tiếp theo*

Tôi là Lã Xíu Nương, người nhà gọi là Mối. Nhưng từ thuở nhỏ cho tới bây giờ chồng tôi vẫn quen gọi tôi là Nương. Chồng tôi chính là Lã Ùi Dây, là người tình đầu đời của tôi từ thuở lên năm mà vì hoàn cảnh chúng tôi đã lìa xa nhau ở cái tuổi đẹp nhất của con người để rồi ơn trên cho gặp lại nhau ở tuổi về chiều. Chồng tôi, năm nay 75 tuổi, lớn hơn tôi 3 tuổi.

Lã Ùi Dây sinh ra ở quận Giồng Riềng, thuộc tỉnh Rạch Giá. Dưới thời Pháp thuộc, Giồng Riềng là một quận lỵ nghèo xơ, dân cư thưa thớt. Dây lớn lên ở đó. Sau bốn mươi năm xa cách, gặp lại tôi, Dây không tin ở mắt mình. Ngày xưa Dây đã quen nhìn tôi dưới hình thù của một cô bé hồn nhiên. Tội nghiệp Dây không kịp nghĩ thời gian đã vẽ trên gương mặt tôi những nếp nhăn già úa, mái tóc pha sương không thua gì anh chồng nhà quê của tôi. Tuy nhà quê, nhưng Dây của tôi rất nghệ sĩ, một loại nghệ sĩ dễ thương, chung thủy và hiền như Bụt. Tôi không biết Dây viết văn từ bao giờ nhưng trời đất ơi, lỗi chánh tả thì quá xá ể, tôi phải sửa lỗi hoài.

- Nương ơi! Sửa bài xong chưa? Sắp tới giờ giao thừa rồi nè.

- Dạ, xong rồi mình. Nương ra ngay.

Tâm tình của bà Mối:

Mỗi lần nghĩ tới ông chồng nhà quê Lã Ùi Dây của tôi, bụng dạ thiệt thà, tánh tình chất phác, thủy chung thì rất mực là tôi cứ bấm bụng cười hoài; không tủm tỉm cười sung sướng thì cũng toét miệng cười tẹt hoẹt, hoặc phì cười, hoặc bật cười hả hê hoặc ré lên cười thoải mái. Giữa thời buổi nhiễu nhương này có mấy đức ông chồng hiền như Bụt như ông Dây nhà tôi. Thuở đời nay ở tuổi thất tuần, lúc chưa lấy nhau Dây của tôi vẫn lui cui chiếc bóng, bà con chòm xóm Giồng Riềng khuyên lơn cách mấy ổng cũng lắc đầu nguầy nguậy, ở vậy mình ên. Đúng là kiếp trước chúng tôi có duyên có nợ nên kiếp này mới thành vợ thành chồng với nhau.

Nhớ lại cái ngày thật xưa trong quá khứ vì hủ tục chúng tôi đành ngậm đắng nuốt cay lìa nhau. Dù xa cách nhau, mất hẳn tin tức của nhau, nhưng không biết trời xui đất khiến ra sao mà huốt 50 năm trời đằng đẵng trôi qua cả tôi lẫn Dây mặc cho mắt mờ, tóc điểm sương, da nhăn nhúm, đều không hề nghĩ đến chuyện lập gia đình. Hồi đó chệt xiếm tôi đã thẳng tay cắt đứt mối tình đầu của tôi và Dây để rồi lúc cuối đời ông bà lại âm thầm mang trong lòng cùng một nỗi buồn với tôi. Còn chế Lớn, người chị bà con thương tôi lỡ làng đã đành lại còn ái ngại với cả Dây mỗi lần tình cờ chạm mặt Dây ở ngoài đường hay trong chợ. Ngày đó cũng chính tay chế Lớn chia cách chúng tôi nên về già chế tìm cách nối lại tình xưa cho bọn già này. Cũng nhờ vậy, sau 53 năm xa mặt (nhưng không cách lòng) tôi lom khom trở về thăm lại quê xưa nhưng cốt ý gặp lại người xưa.

Tôi nhớ hoài, lúc đứng trước căn nhà của hơn 50 năm trước tôi không sao nén được cảm xúc. Biết bao kỷ niệm tràn về trong tâm trí rồi âm thầm trào ra khóe mắt đang ướt lệ của tôi. Căn nhà xưa cũng như tôi, theo tuế nguyệt đã trở nên già nua, cũ kỹ. Nhưng hình như tiếng hát của tôi vẫn còn đó, tiếng hát rất trẻ vẫn còn vọng âm đâu đó trong căn nhà đang bị thời gian bào mòn.

Lau nước mắt, tôi vuốt lại mái tóc, sửa lại y phục xong bình thản bước lên thang lầu nhà Dây. Cái thang lầu xi măng 18 bực này tôi đã từng lên xuống, không ngờ có ngày tôi lại đặt chân lên. Lên tới phòng khách, tôi nhìn thấy Dây ngay, nhưng tôi giựt mình. Trước mắt tôi là một ông già ốm nhách, râu tóc bạc phơ, kính cận dầy cộm, đang cắm cúi viết cái gì đó. Anh thanh niên hiền lành tên Lã Ùi Dây của 53 năm trước giờ là một ông già móm mém, âm thầm, lẻ bạn.

Không muốn quấy rầy ông, tôi lặng lẽ đảo mắt nhìn quanh. Cũng cái tủ thờ gia tiên (có thêm hai tấm hình bố mẹ của Dây), cũng cặp chân đèn đã ra teng và lư hương phảng phất mùi trầm quen thuộc. Nhưng tôi xúc động đến ứa nước mắt khi nhìn thấy bức vẽ nghuệch ngoạc của tôi được Dây lộng kính treo trên tường. Bức họa bằng than chì hồi nhỏ tôi vẽ Dây chống cây viết lá tre đứng cạnh con rồng cười. Tôi tuổi rồng, còn Dây thì thích viết lách. Hồi nhỏ tôi thích ca hát và vẽ vời mà chệt xiếm tôi không ai ưa thích.

Chính bức vẽ này khiến tôi ôm ngực lùi lại vô tình gây nên tiếng động kéo Dây trở về thực tại. Dây ngẩng đầu lên nhìn sững, ông không nhận ra tôi. Nhưng nghe tôi khẽ kêu tên ông thì Dây đứng dậy run run bước tới chăm chú nhìn tôi thật gần rồi hốt nhiên ông ôm mặt sụt sùi bật khóc.

Bất ngờ nghe Dây khóc rưng rưng, tôi không nén được xúc động cũng òa lên khóc theo. Chỉ chờ có vậy, hai người già chúng tôi tự động ôm nhau khóc rống lên. Tiếng khóc tức tưởi, nức nở, nghẹn ngào như chưa bao giờ được khóc đã tạo ra một âm điệu não nề.

Lúc buông ra nhìn mặt nhau thấy nước mắt nước mũi tèm nhèm tự nhiên cả hai cùng bật ra tiếng cười. Buồn khóc đã đành, vui cũng khóc rồi cười. Có ai ngờ giữa tiếng khóc và tiếng cười của chúng tôi là một quãng thời gian dài tới 53 năm cách biệt. Nhưng rồi sau 53 năm âm thầm khóc hận, giờ đây chúng tôi lại khóc mừng trong cơn hạnh phúc tràn bờ.

Còn đây là bút tích của ông Dây:

Hôm nay là sanh nhựt của Nương, ngày sanh thứ 75 của rồng. Vợ tôi cầm tinh con rồng. Cũng như năm ngoái, lần này tui cũng không cho Nương động tay động chưn làm bất cứ việc gì ngoài con mắt hí rị mà đẹp não nùng là được phép ngồi xem TV. Có điều Nương của tui già chát mà như con nít, chỉ thích xem phim hoạt họa của Walt Disney. Nương hồn nhiên nói những nhân vật trong phim hoạt họa không bao giờ chết mà có chết cũng chết giả thôi hà. Nương từng ví tôi là chú chó Pluto, dù đứng trước bất cứ tình huống nào gương mặt chú cũng đáng yêu; còn Nương là cô vịt Donald duyên dáng tên Daisy thích thắt nơ trên đầu, áo ngắn tay, muôn năm ở truồng.

Năm ngoái Nương chọn phim Cô Bé Lọ Lem Cinderella, năm nay lại thích coi Lady and the Tramp, phim kể về một cô chó tiểu thơ đài các và chàng chó lang thang yêu nhau qua một cọng mì.

Quà sanh nhựt của chúng tôi vô cùng giản dị: không có bánh sanh nhựt, không có thổi đèn cầy, ngoài một bó hoa hàm tiếu và hai tô mì ăn liền do tui nấu đãi Nương. Cũng là chiều theo ý Nương đó thôi. Mà nghĩ cũng đúng. Sau 53 năm chia cách gặp lại nhau vợ chồng già tụi tui hối hả sống tiếp quãng đời còn lại, cùng tương thân tương ái, tương kính như tân, coi tiền tài vật chất là vật ngoại thân v.v... Tui yêu Nương của tui lắm. Tôi thương vợ tui biết chừng nào.

Thưa Quí độc giả.

Sáng nay tôi đang rà soát lại truyện Mối Dây Kỳ Ngộ trước khi đưa lên facebook thì một cú phone của A Lón ở Giồng Riềng gọi qua cho biết bà Lã Xíu Nương vừa mất tối hôm kia trong giấc ngủ bên cạnh ông chồng Lã Ùi Dây. Bà con chòm xóm kéo nhau đến chia buồn,cùng ông Dây đưa tiễn bà Nương đến nơi an nghỉ cuối cùng.Lòng thương tiếc người quá cố của bà con chưa kịp nguôi ngoai thì hai hôm sau, người Giồng Riềng lại phát giác ông Lã Ùi Dây, trong bộ bà ba trắng, tóc búi tó, chân mang guốc mộc, ôm mả vợ nằm chết cứng giữa đêm khuya dưới cơn mưa sụt sùi.

Cốt truyện kể trên tôi viết ra đều căn cứ theo vài trang viết của ông Mối bà Dây do A Lón chụp lại gởi qua email cho Châu hiền nội, tôi chỉ sắp xếp tình tiết, sửa đổi vài từ ngữ, câu cú sao cho hợp với câu chuyện. Tôi mạn phép kết thúc câu chuyện ở đây như một lời chia buồn và cầu xin linh hồn của ông Lã Ùi Dây và bà Lã Xíu Nương sớm tiêu diêu miền cực lạc.

Nay kính.

Tiếng Đờn Cò Cần Giuộc

Hồi còn sanh tiền, Cha tôi là một nghệ sĩ cổ nhạc. Trong ban đờn ca tài tử Cần Giuộc, ông giữ chưn đờn cò. Tiếng đờn của Cha tôi kéo lần nào cũng mùi tận mạng.

Trong đêm tối, cạnh ngọn đèn hột vịt lu li và chung rượu đế, tiếng đờn cò từ cung trầm, tỉ tê chợt kéo lên cao vút. Rồi tiếng hát trong bài *Vân Tiên Cứu Nguyệt Nga* khàn đục của Cha tôi cất lên theo điệu Nam Xuân qua Nam Ai, buồn vời vợi:

"Tích xưa có chàng tên là Lục Vân Tiên. Tuổi hai tám xuân xanh. Hằng ôm nhuần sử xanh. Vừa nghe mở hội khoa trường (Xàng). Chàng cất bước lên đường (Xê). Mong tỏ dạ phi thường (Xàng). Việc nước quyết đảm đương ứ ư...

Bỗng đâu dân chúng hãi hùng. Vì giặc cướp tung hoành (Xề). Đang đốt phá tan tành. Mạng con người thật mong manh (Xàng). Vân Tiên ra tay nghĩa hiệp. Giết sạch loài phá phách lương dân (Líu). Cứu giai nhân thoát cơn hiểm họa. Nàng chính là Kiều Nguyệt Nga ứ ư..."

Bà con chòm xóm bu quanh mê mẩn hổng nói làm gì, đến cả Hằng Nga trên cung trăng nghe cũng phải ngẩn ngơ. Nhất là nhịp song lang. Đang thả hồn theo tiếng đờn ca, chợt nghe nhịp song lang gõ xuống một cái "cốc" là Hằng Nga giựt thót mình. Nghe riết đâm lậm, chị Hằng bèn xúi thằng Cuội dắt chị xuống trần gian tìm Cha tôi để làm quen. Ngặt cái là lần nào chị Hằng xuống cũng "ọt-rơ" (hors-jeu), nội tôi thấy tội nghiệp bèn "vẽ đường cho hươu chạy":- Cô Hằng nên xuống ban ngày. Vì buổi tối con tui mắc... đi đờn.

Cũng cần giải thích chút đỉnh về cây song lang. Nhạc cụ trợ âm này thuộc bộ gõ, là một loại mõ bằng gỗ cứng hình tròn dẹt, có lỗ xẻ ngang để phát âm, nối liền với một cần gõ bằng sừng hoặc lá thép mỏng đàn hồi. Tiếng song lang gõ rất vang.

Còn đờn cò là loại đờn kéo, nhạc cụ truyền thống của âm nhạc cổ truyền. Đờn cò có 2 dây còn gọi là đàn nhị hay nhị hồ (của người Hồ sinh sống ở vùng tây bắc Trung Á và Trung Hoa). Đờn cò kéo bằng cung vĩ làm bằng đuôi ngựa dính liền với thân đờn.

Trước kia đờn cò thường được dùng trong các bộ môn nhạc lễ, hát xẩm, hát bội, dàn chầu văn, nhã nhạc, phường bát âm, đờn ca tài tử, cải lương; ngày nay thỉnh thoảng nhị hồ còn xuất hiện trong dàn nhạc rock, pop hiện đại.

Hồi trào Tây, Cần Giuộc nghèo thấy mụ nội. Làng nghèo của nội tôi toàn nhà tranh vách đất nằm lọt tũm giữa đầm lau sậy bạc phơ, cao lút đầu người. Những đêm mưa dầm sùi sụt, thỉnh thoảng người trong làng còn nghe văng vẳng tiếng thì thào của những oan hồn nghĩa sĩ Cần Giuộc khiến Bài Văn Tế Nghĩa Sĩ Cần Giuộc của cụ Đồ Chiểu không thoát được lên cao mà cứ lào xào lạt xạt trên mặt đất:

Hỡi ơi!
Súng giặc đất rền
Lòng dân trời tỏ
Mười năm công vỡ ruộng, xưa ắt còn danh nổi như phao

Một trận nghĩa đánh Tây, thân tuy mất tiếng vang như mõ
...
Nước mắt anh hùng lau chẳng ráo, thương vì hai chữ thiên dân
Cây nhang nghĩa khí thắp nên thơm, cám bởi một câu vương thổ
Hỡi ơi!
Có linh xin hưởng.

Đời người ngẫm ra thấy não nùng, bi thiết mà cũng thiệt thắc cười đến chảy nước mắt.

Cái não nùng của những nghĩa sĩ nông dân Cần Giuộc giàu nghĩa khí chống ngoại xâm đã trở nên bất tử trong lịch sử văn học nước nhà và trong lòng người Việt yêu nước. Họ, 20 nghĩa sĩ Cần Giuộc sinh ra, lớn lên, vì lòng yêu nước chống giặc thù đã dũng cảm ngã xuống trên phần đất tổ tiên mình.

Cái thê thiết, bi ai của vụ án Đồng Nọc Nạn xảy ra năm 1928 cũng vậy. Ta đều biết Đồng Nọc Nạn thuộc làng Phong Thạnh, huyện Giá Rai, tỉnh Bạc Liêu, nơi xảy ra vụ tranh chấp đất đai giữa gia đình Mười Chức và bọn địa chủ cường hào ác bá, tay sai của bọn thực dân cướp nước. Kết cuộc, vì bảo vệ đất đai ruộng lúa, anh em Biện Toại, Mười Chức đã hy sinh ngay trên phần đất của mình.

Có điều con người ta sanh ra sống khôn ở quê nhà song hầu hết lại thác thiêng nơi đất khách. Bình thường như bên nội tôi chẳng hạn. Sanh bốn người con ở Cần Giuộc nhưng cả bốn đều thác ở tứ phương, người thì ở trên rừng, người trong thành phố, người chìm ngoài biển khơi.

Nhớ hồi Cha tôi nằm hấp hối trên giường bệnh, miệng sủi bọt, mắt cứ ngước lên như mong đợi một điều gì. Má tôi hỏi: "Ông nhớ
thằng Hòa phải không? Nó đang ở bên Canada." Cha tôi nghe rồi mắt nhắm lại, lịm dần.

Cha tôi sanh ở Cần Giuộc thuộc miền đồng bằng sông Cửu Long, mất trên cao nguyên miền Thượng. Tro cốt của ông hiện để trong chùa Khải Đoan, Ban Mê Thuột. Còn cây đờn cò, một cổ vật có độ tuổi trên 70 năm, đã cong cần, lờn trục, lỏng dây hiện để ở nhà Má tôi. Trong thùng đờn ọp ẹp còn có cây song lang, cũng cũ rích, mòn cả nước sơn và già không thua gì cây đờn cò Cần Giuộc của Cha tôi.

Tử Sanh Hữu Mạng

Hồi đó công việc làm mướn của con Ứng cho thím Tư Đực là theo ghe nấu cơm, giặt giũ, phụ buôn bán và trông chừng ba đứa nhỏ con của thím, sanh năm một từ 5 tới 7 tuổi, toàn con gái. Thật ra thím còn có một đứa con gái đầu lòng, lúc mới chập chững biết đi đã bị chết chìm trên sông Cái Bé mươi năm trước. Gọi thím Tư Đực là gọi theo tên chồng thím, làm nghề thương hồ bị trúng mưa mất năm ngoái ở cửa Cần Giờ. Cuộc đời chú Tư Đực ngẫm ra cũng ngộ. Chú sinh ra trên ghe, lớn lên học hành ba chữ cũng trên ghe, lấy vợ, sinh con đẻ cái trên ghe rồi chết đi cũng ở trên ghe. Chồng chết, thím và ba đứa con thơ lui ghe về Bến Trống, neo dưới sông trước nhà cha mẹ ruột sống nương nhờ. Một năm sau, chờ nguôi ngoai nỗi buồn góa phụ, thím mới trở lại nghề thương hồ. Thân cò với ba đứa con nhỏ làm sao xoay cho xuể, thím Tư Đực nhờ người xuống Thứ Sáu Đình kiếm con Ứng, cháu họ xa bên chồng, mồ côi cả cha lẫn mẹ, mà mướn nó theo ghe cho nhẹ một tay, nhất là để coi chừng ba đứa nhỏ. Ngay chuyến ghe đầu tiên, thím Tư Đực ghé vô chợ Thứ Ba mua thêm hàng hóa, vật dụng, xong ghé Thứ Sáu Đình gặp con Ứng, cẩn thận hỏi han gia cảnh rồi xin phép ông Từ nhận nó theo ghe buôn bán đỡ đần giúp thím một tay. Con Ứng tuy còn nhỏ nhưng thân hình chắc nịch, đôi vai ngang phè lộ ra sức tháo vát. Đặc biệt nó có cặp mắt biết cười mà cũng thật buồn mỗi khi nhìn xa vắng.

Ghe thương hồ là căn nhà nổi, lưu động nên từ ngày theo

thím Tư Đực, cuộc đời của con Ứng cũng nổi trôi theo con nước mà rày đây mai đó. Cả đời nó lúc lên 10 đã mồ côi cha mẹ, không bà con

thân thuộc, nên không có ai hỏi han nó lấy một lời, may sao gặp thím Tư Đực như vị cứu tinh khiến nó mừng mừng tủi tủi.

Con Ứng còn nhớ như in cái ngày nó rời Rạch Giá mà đi cho tới ngày ghe quay lại, chí ít cũng ngót 3 năm. Thứ Sáu Đình, lúc con Ứng gạt nước mắt bước xuống ghe cho tới lúc quay về, chợ làng vẫn lụp xụp một vẻ đìu hiu. Gió vẫn thổi mùi biển mặn vô bờ. Khói đốt đồng quen thuộc vẫn hiền như những cánh cò trắng bay lên. Chỉ khác một cảnh đến đau lòng là mồ mả Chệt Má nó không ai coi sóc để bị sạt lở, cỏ mọc tùm lum. Sau một hồi quơ quào, nhổ cỏ, dọn dẹp xong, con Ứng đặt trước mộ Chệt Má nó một chén gạo, hai ngọn đèn cầy cháy leo heo. Thắp ba cây nhang nó vừa khấn, (hổng biết nó khấn cái gì) vừa khóc bù non bù nước đến thím Tư Đực và tụi nhỏ cũng mếu máo khóc theo. Cặp mắt con Ứng như không còn nhìn thấy gì vì nước mắt dâng đầy.

Xẩm tối, nước rút, gió chướng về thổi khô những chỗ sình lầy hai bên bờ kinh xáng. Mấy chiếc xuồng đi chợ về lướt qua. Nghe tiếng chèo quẩy chụp đều đều trên mặt nước, tự nhiên con Ứng thèm một mái nhà đến thắt ruột. Nó sụt sùi lấy mu bàn tay quệt nước mắt bước xuống ghe, nghĩ không biết chừng nào mới trở lại.

Trong lòng ghe lúc này đã chất đầy hàng hóa. Bóng đèn "măng-sông" đủ soi sáng vài dạ lúa sớm, vài hũ mắm, mấy thầu kẹo, bánh ngọt, tiêu tỏi muối đường, đèn pin, thuốc lá...

để lủ khủ bên lườn ghe; trái cây như khóm, mía, bí rợ, khoai lang chất thành đống bên kia. Trên trần ghe, cạnh cái khạp bể, quần áo người lớn, trẻ con, đàn bà có, đàn ông có, đủ màu, đủ kiểu, xếp ngay ngắn đựng trong bao ny-lông. Từ đó, đời thương hồ của con Ứng lại trôi giạt muôn phương.

Lúc thì chợ nổi Cái Răng, lúc Ba Láng, lúc bến đò Châu Giang, lúc lại giạt xuống tận con kinh Xác Cò, quê ngoại thím Tư Đực, để biết đâu là cùng trời cuối đất. Thân gái mười hai bến nước, con Ứng gắn bó với đời ghe và sông nước nhiều hơn trên bờ. Có lần ở Ngã Bảy Phụng Hiệp, nó đang lui cui chụm lửa nấu cơm chiều ở đuôi ghe, chợt nghe thím Tư Đực la hoảng:

- Í mèn ơi, A Ứng! Thiếu chút xíu là tao quên trớt quớt. Mầy cầm tiền chạy lên quán chệt Chịa mua cho thím chai dầu lửa coi.

Ở với sông nước lâu ngày chầy tháng đâm quen, lúc bước lên bờ từ con đường đất dẫn lên lộ cái đâu chục thước mà con Ứng có cảm tưởng như... đi trên mây. Mười lăm tuổi đầu rồi còn gì, vậy mà những bước đầu xiên xẹo làm nó thích thú, khó tả. Cái cảnh đời côi cút, nghèo khổ của nó lúc đó như lặn đi đâu mất tiêu.

Có một điều là lạ là ghe thương hồ của thím Tư Đực có trôi giạt bốn phương tám hướng, thỉnh thoảng cũng... trôi về hai quê: một là quê chồng, Rạch Giá, cũng là nơi con Ứng mở mắt chào đời, hai là Đầm Dơi, quê của thím. Thật ra quê chú Tư Đực ở Bến Trống, còn con Ứng ở Thứ Ba Biển. Nói cho cùng cả hai chú cháu đều từ... cây giá mà sinh ra. Bởi vậy con người sông nước, có lênh đênh rầy đây mai đó tận mãi đâu cũng không quên mang theo trong lòng hình bóng cây dừa, bụi chuối hiền lành lả ngọn trên mảnh đất nghèo xơ nghèo xác cạnh bờ kinh của cha ông.

Một hôm, trời tháng Tám, ghe lênh đênh giữa vùng trời nước mênh mông trên dòng sông Trẹm, con Ứng hỏi mới biết thím Tư Đực có ý quay về Rạch Giá thăm nhà và luôn tiện bổ thêm hàng hóa. A! Con Ứng nhớ như in Tết Trung Thu ở miền biển quê Rạch Giá, lồng đèn mặc sức lung linh như muốn so ánh sáng với chị Hằng ngự trên cao. Trong giây phút, bao nhiêu hình ảnh thuở ấu thời lại hiện ra. Hồi nhỏ con Ứng lúc nào cũng mình trần, đi chân đất, thích leo trèo, chạy nhảy như con trai với lũ trẻ con chòm xóm. Nghèo mà vui! Ngặt một nỗi cái tật của con Ứng kể ra cũng kỳ cục. Lần nào cũng vậy, đang vui đùa với lũ trẻ trên ghe, hổng hiểu mắc mớ gì trong bụng con Ứng lại nhớ tới mồ mả xiêu vẹo của Chệt Má nó, con Ứng lại rầu nét mặt.

Trời đang sáng bưng, thình lình mây đen ùn ùn kéo tới đổ cây mưa như trút. Thím Tư lẹ làng hướng mũi vào một con kinh cạnh góc rừng lá âm u cột ghe vô gốc bần tránh sóng. Mấy trái khóm, trái bí, bầu treo trên nhánh chà đằng mũi ghe vật vựa, ngã nghiêng theo chiều gió thấy rớt xuống nước như chơi. Nước dâng lên thiệt mau, mới đó đã lé đé hai bên bờ kinh, bao nhiêu thân tràm đã trốc gốc, nằm xiêu vẹo, chổng chơ như cái bồ cào gãy răng. Gió càng lúc càng mạnh, ngoài sông sóng dấy lên, bỏ vòi, bọt trắng xoá.

Mưa gió gì thấy ghê, con Ứng ớn lạnh vội kéo ba đứa nhỏ ngồi sát bên mình, than thầm. Nhìn bốn đứa nhỏ ôm nhau ngồi một cục cạnh chái bếp, mặt thím Tư Đực buồn rượi. Thím nghĩ mà tội nghiệp con Ứng, mới mấy tuổi đầu đã mang thân phận mồ côi, học hành gì bao nhiêu, vậy mà tối nào rảnh tay một chút là lôi ba đứa nhỏ ra ê a ba chữ i tờ. Nhìn vẻ hồn nhiên của lũ trẻ chụm đầu vào nhau mà tập đọc làm thím xót xa, khẽ thở ra một cái thượt. Lan man một hồi thím lại nhớ về Đầm Dơi, quê thím. Thím nhớ như in ban ngày ở dưới bến xuồng, đò qua lại ồn ào, tấp nập, nhớ đêm đêm dưới mái tranh nghèo, bên bóng đèn hột vịt vặn lên tim vừa đủ sáng để ba dạy thím học đánh vần. Rồi thím nhớ về một người đã khuất. Ờ, làm sao quên cho được cái lần đầu tiên chú Tư Đực rụt rè nắm tay thím tỏ tình. Dòm cái bản mặt sượng trân của chú đang cố sửa cái miệng cà hục, cà hữ nói không ra lời, làm thím dẫu hồi hộp cách mấy cũng phát phì cười. Bây giờ chú Tư Đực đã tan thành sông, thành nước, thím vẫn thầm nghĩ chú vẫn theo ghe phù hộ cho mẹ con được bình an. Trận mưa hung hăng làm chúa tể bầu trời một thôi một hồi rồi cũng dịu. Sau cơn mưa trời lại sáng. Chỉ chờ có vậy, chờ con Ứng tháo sợi dây trước mũi ghe, la *"Xong rồi!"* là thím Tư Đực cho ghe ra giữa lòng kinh vội vàng vượt sóng

Lần này thím Tư Đực đổi ý không muốn ra sông nữa, mà luồn qua những kinh rạch, vừa đi vừa bán hàng cho bà con chòm xóm trong làng trong ấp, tuy nghèo mà hiền lành, chơn chất. Xuôi dòng, ngược dòng, theo con nước lớn nước ròng, chiếc ghe thương hồ đi qua thị trấn, đi qua phố huyện, hướng về Rạch Giá.

Lúc ghe rẽ vào một con kinh thì trời đứng bóng, đám mây trắng lờ đờ đậu trên cao. Con Ứng đứng thẳng người, tay vịn mui ghe, quan sát. Phía trước, lục bình trôi lêu bêu. Tiếng máy dầu nổ đều đều, đẩy mũi ghe rẽ nước sủi bọt lướt tới. Trên trời đàn chim xao xác bay ngang.

Rồi ghe lênh đênh tới con kinh Chống Mỹ, vừa quẹo phải là vùng lau sậy mịt mùng hiện ra, nước ngưng chảy, chỗ cạn chỗ sâu, gió im bặt. Bên kia là những lùm tre um tùm như thành trì mọc sát mé nước. Xa xa rừng dừa nước âm u lả ngọn. Trên chặng đường này thím Tư Đực khá quen thuộc, biết rõ là hang ổ của bọn du kích Việt Cộng thường chặn ghe thuyền qua lại đòi dân nộp thuế. Cũng vì vậy mà máy bay trinh sát phía quốc gia thường rà quanh vùng này. Không ai biết từ lúc nào nhưng thím nghe nói dân canh tác đều biết vàm rạch "chiến lược" này do Việt Cộng đào để chuyển quân, vận chuyển vũ khí cho thuận tiện, mau chóng và hữu hiệu.

Càng nghĩ thím Tư Đực coi bộ càng sốt ruột, thò tay lên cần số cho ghe chạy mau hơn. Ráng qua khỏi vàm kinh này sẽ gặp một cánh đồng mênh mông, đi một khoảng nữa là tới kinh Dài, đỡ sợ.

Nhưng thím Tư Đực vừa bẻ mũi ghe quẹo trái, thì gặp trên bờ rạch lộ ra một khoảng trống, đất khô cứng, vì nhiều dấu chân người dẫm lên. Trên bờ ba tên du kích mặc quần áo màu cứt ngựa, đầu đội nón tai bèo, chĩa súng, la: "Ghé lại chớ! Ghé lại!". Ghe vừa cặp sát bờ, cả ba tên lần lượt nhảy xuống ghe, mắt láo liên, quan sát. Đây là Việt Cộng, con Ứng nghe nói hoài nên tò mò nhìn thử cho biết mặt mũi chúng ra sao. Thím Tư Đực nói: "Mấy chú cần gì? Chiều rồi, Rạch Giá còn xa lắm. Mấy chú cho tôi đi".

Đang ngồi trước mũi, con Ứng vừa lấm lét liếc ba tên du kích, vừa nôn nóng ngó chừng về phía Rạch Giá. Chợt nó nghe tiếng máy bay ù ù, vội nheo mắt nhìn lên. Một chiếc đầm già cánh bạc bay ngược hướng ghe, thật thấp.

Máy bay xuất hiện quá bất thần làm ba tên du kích hốt hoảng. Một tên quýnh quáng, nhảy đại xuống nước. Hai tên còn lại nhào tới lườn ghe, ngồi thụp xuống chĩa súng lên trời bắn đại. Súng nổ thình lình bên tai, làm thím Tư Đực giựt mình; con Ứng xanh mặt vội lùa tụi nhỏ đang khóc ré nằm dán sát người xuống sàn ghe.

Nghe tràng súng "tắc-cù" dưới ghe bắn lên, viên phi công vội vàng nghiêng cánh bay đi. Không biết được báo cáo ra sao mà liền sau đó, hai chiếc trực thăng như tử thần ồn ào xuất hiện. Một chiếc đứng im yểm trợ cho chiếc kia lượn quanh một vòng, hai vòng, rồi chẳng nói chẳng rằng nó xà xuống nhắm chiếc ghe của thím Tư Đực mà khạc đạn xối xả, xong bồi thêm một trái M 79.

Tiếng kêu la *"Trời ơi!"* gọn lỏn của thím Tư Đực vừa thốt ra khỏi cổ họng là tắt nghẹn. Ngoài hai tên du kích chết banh xác, còn lại cả nhà trên ghe, gồm năm nhơn mạng cũng không thoát khỏi tử thần. Trong chiến tranh, người chết đâu đợi tuổi, làn tên mũi đạn cũng đâu có lựa những tên gian ác như Việt Cộng mà tiêu diệt. Nghĩa là người dân dẫu có hiền lành, chất phác hay vô tội kia, lúc tận cùng bằng số, cũng cứ... chết thảm, chết tức tưởi, chết không kịp ngáp dưới lằn đạn oan khiên. Thấy chiếc ghe bốc lửa, khói xông lên cuồn cuộn, nghiêng một bên từ từ chìm xuống, hai chiếc trực thăng mới bay đi khuất dạng sau rặng tre già.

Ông bà ta thường nói con người sống chết có số. Đúng quá! Đúng là *tử sanh hữu mạng*.

Nội Về Cần Giuộc

Nội tôi gốc người Cần Giuộc. Thuở nghĩa sĩ Cần Giuộc chống thực dân Pháp (năm Tân Dậu 1861), Cần Giuộc còn nghèo thấy mụ nội. Đến thời của nội tôi, nội nói Cần Giuộc vẫn nghèo. Xóm nhà tranh vách lá nền đất chỉ có vài chục căn nằm lọt tỏm vào giữa đầm lau sậy bạc đầu, tha hồ cho gió lọt nhà trống. Ban đêm thắp đèn hột vịt tù mù tịt mịt, ánh đèn soi không thấu mặt đất. Trong gia đình, nội thứ ba, tên Phó, giỏi về thêu thùa may vá nên xóm giềng gọi nội là "bà ba Phó may", cái tên mộc mạc, dễ thương, nghe hiền vậy đó.

Hồi mới lẫm đẫm biết đi tôi đã ở với nội. Ba má lên Đà Lạt chạy hàng rau cỏ, trái cây, tháng tháng mang tiền về nuôi hai bà cháu. Mới chút xíu đã xa cha mẹ nên nội thương tôi lắm. Ban ngày vừa may vá nội vừa dòm chừng tôi. Ban đêm nội ru tôi ngủ bằng những câu hát đưa em mùi tai nên lần nào cũng vậy, lời ru chưa dứt tôi đã ngủ khò. Có lần tôi đạp nhằm cái kim may nội làm rớt khiến hai bà cháu lui cui tìm hoài không thấy. Cái kim mắc dịch chỉ chờ có vậy, rình đâm cho mầy một phát đau thấu trời xanh. Nội đang vá cái áo nghe tôi khóc thét cũng quýnh quáng chạy tới dở giò tôi lên rút cây kim ra nghe... một cái sực. Lúc đó vết thương có... đường thông thương nên máu tha hồ chảy, nó vui vẻ chảy hết... 8 lít máu lận. Hihi.

Lên năm tuổi tôi bắt đầu học Mẫu giáo. Nội đưa đi đón về. Ngày đầu tiên vào lớp thấy toàn người lạ tôi khóc hết nước mắt. Tiếng khóc bù non bù nước của trẻ con làm nội sốt ruột đứng cà thụt cà ló suốt buổi ngoài cửa lớp, không về.

Lúc lên tiểu học tôi mới đi học mình ênh. Mỗi sáng tôi phải lội ngang qua chợ Rạch Kiến mới tới trường. Lúc đi qua cầu ván, chỗ long đinh nghe tiếng kêu ọp ẹp làm tôi đứng lại. Đứng lại rồi rón rén bước đi để nghe nó kêu thật vui tai. Những lúc đó tôi hay dòm xuống đám lục bình trôi riu ríu dưới dòng nước liu riu. Thỉnh thoảng thấy con bồ nông, chàng bè trên trời đáp xuống giề lục bình rỉa lông, rình cá thấy lạ tôi hay reo lên... một mình. Hồi đó, năm đầu tiểu học gọi là lớp năm (không phải lớp một như sau này). Hết lớp năm thì lên lớp tư, rồi lớp ba, lớp nhì, lớp nhất. Trong lớp, nhà trường dạy lũ nhóc tụi tôi không được gọi mày tao, mà phải xưng bằng "trò".

- Trò Tí ơi. Cho trò mượn cục gôm cái nghen.

- Nè trò. Trò tên gì mà ngộ quá hà. Mỗi lần gọi trò tui muốn trẹo cái bản họng luôn.

Vừa xong bậc tiểu học thì ba má đưa tôi lên Đà Lạt cho học trường Tây. Từ đó tôi xa nội, xa xóm nghèo Cần Giuộc của nội. Tưởng có ngày về thăm lại ai dè mất nước tôi theo ba má vượt biên ra nước ngoài xa quê nội tới mãi tận bây giờ. Tính ra tôi xa Cần Giuộc tròm trèm đâu hết sáu chục năm ròng.

Xóm nghèo Cần Giuộc ngày xưa, dĩ nhiên, giờ đây đã lô nhô mọc lên nhà lầu, nhà ngói, con lộ đất đã thơm mùi hắc ín. Người già trong xóm như nội, dĩ nhiên, đã cùng lau sậy chở nhau vào thiên cổ từ cái thuở nào nào xa.

Xóm nghèo Cần Giuộc quê nội tôi ngày xưa, nay không còn nữa. Nhà tranh vách lá nền đất nâu đen nằm lúp xúp trong đầm lau sậy cũng không còn. Nhưng tâm hồn trẻ thơ tôi ở

Cần Giuộc vẫn còn đó. Tiếng khóc nhè của bàn chân tôi bị kim đâm vẫn còn đó. Tiếng cây cầu ván long đinh mỗi ngày bước chân tuổi thơ tôi đi qua đến trường vẫn còn đó, vẫn vang trong tôi những tiếng kêu quê mùa, thô thiển nhưng dễ thương đến quen thuộc: "ọp ẹp".

Và nội nữa. Tình thương và lòng quảng đại của nội vẫn còn đó, vẫn tồn tại mãi mãi trong trí nhớ của tôi nhỏ bé biết bao. Trong vũ trụ bao la mà chúng ta đang sống, trong mắt tôi luôn luôn có hai đối tượng: người già và trẻ thơ. Chính hai hình tượng lương thiện và trong sáng này mà cuộc sống của chúng ta chứa chan biết bao là niềm vui của tiếng cười và hình ảnh sống động của hạnh phúc.

Trên đời này có nhiều điều kỳ diệu. Kỳ diệu của vũ trụ. Kỳ diệu về con người. Và kỳ diệu nhất với tôi vẫn là nội. Dù nội ở Cần Giuộc hay đã lên thiên đường nội vẫn là hành trang theo tôi đi suốt cuộc đời này.

"Út Hồng À!..."

Ngày nay con sáo...
(Người kể chuyện qua phone)

Nhà củ Út em có nuôi một con nhồng. Tối tối cả nhà đi ngủ thì thôi, còn bét mắt ra thấy bóng người là con nhồng lên tiếng liền: *"Út Hồng à..."*. Cái giọng ngòng ngọng, đơ đớ pha một chút nhõng nhẽo, dễ thương như con nít nghe mà bắt cười. Ngộ một cái là tiếng *"à"* nó kéo dài ra dẻo nhẹo như kẹo kéo. Mà con Hồng, con củ Út em suốt ngày lo chuyện nhà, chuyện cửa, chuyện chồng con có rảnh đâu mà dạy nó nói tiếng người. Chắc bị tại cau Ởi em, má con Hồng, hở một chút là gọi, mà ngày nào cũng gọi *Út Hồng à,* con nhồng nghe riết đâm quen; một hôm tự nhiên nó buột miệng nói tiếng người, mà chỉ biết mỗi câu *Út Hồng à* là hết. Lúc đầu cả nhà giựt mình, ngạc nhiên đưa mắt nhìn nhau ý nói có ai nghe gì hông; đứa nào mới gọi con Hồng dzậy cà; thằng Thắm đâu chạy ra dzườn coi coi bây..., rồi không ai biểu ai đồng loạt ngó về phía con nhồng đang nhảy loi choi trong lồng tre treo trên nhành bưởi sau vườn. Nhất là con Hồng, nó đang ăn dở chừng buông đũa xuống chạy lại trố mắt dòm con nhồng, tò mò, nôn nóng lóng tai nghe. Tới chừng nghe kêu *Út Hồng à* thì cả nhà mới bật ngửa rồi hể hả chịu tin con nhồng biết nói. Từ đó, con nhồng nghiễm nhiên trở thành một "phần tử đặc biệt" trong gia đình được cả nhà cưng hết biết.

- (...)

- Hả? Anh hỏi con nhồng ở đâu ra hả? Thì của củ Út em chớ ở đâu. Năm ngoái, lúc ổng đang tưới cây ở ngoài dzườn gặp con nhồng mới ra ràng lạc mẹ tập bay sập sận trên sân gạch Tàu, ổng chạy theo chụp được đem dzô làm quà sinh nhật cho con Hồng luôn. Dzậy mà, anh coi, con Hồng cà chớn hết biết.

- *Chèn ơi, Chệt!: Hồi nào giờ con làm gì có sinh nhật!?* Thấy con Hồng giẩy nẫy củ Út em lườm nói mầy sao nhà quê quá, ai mà hổng có sinh nhật, tao còn có nữa là...

Lúc đó con Hồng mới lí nhí cám ơn Chệt nó rồi treo lồng chim trên nhành bưởi xong thủng thẳng ra giếng múc nước đổ vô lu, lầu bầu Chệt mình mắc cười quá, nhà hồi nào giờ làm gì có sinh nhật. Chắc bữa Chệt qua nhà thím Đức Long ăn sinh nhật con thím bên Mỹ dìa mới bày đặt dzậy chớ. Bữa đó, nói cách mấy Xiếm cũng lắc đầu nguầy nguậy có chịu đi đâu. Chệt thiệt tình.

Lúc đó cau Ởi em coi bộ nín hết nổi, cự nự: "Có mấy đứa con Việt kiều ở Mỹ dìa bày đặt sinh nhật với sinh nhiếc cho sang dzậy chớ chòm xóm mình xưa nay có ai sinh nhật gì đâu nà", con Hồng nghe cũng bắt cười. Nó lặng lẽ xúc tro cạo nhớt mấy con cá chốt, nghĩ trong bụng: "Ờ mà lạ nghen! Bộ chế Bòl, chế Thùy, hia Hó, hia Mỹ ở Hiu Tân (Houston), Hiu Tiết gì đó; còn chế Soi ở Cali nữa, hổng phải là Việt kiều chắc. Mà có nghe nói ai mần sinh nhật gì đâu nà".

Anh biết hông. Từ lâu trong nhà ngoài ngõ, ai cũng biết con Hồng là đứa con hiếu thảo, nó có tiếng là đảm đương chuyện chồng con cho tới chuyện trong nhà trong cửa. Hồi chưa có chồng, sáng sáng trời còn mờ đất, mở mắt ra bổn phận của con Hồng là xuống bếp chụm lửa nấu nước pha trà cho Chệt Xiếm nó rồi lo bữa ăn sáng cho cả nhà. Từ ngày nuôi con nhồng sáng nào xuống bếp con Hồng cũng đưa mắt ngó chừng chờ nghe tiếng *Út Hồng à...* là nó dzui trong bụng liền.

Ở nhà củ Út em, có nhiều thứ mấy chục năm rồi dzẫn cứ như xưa. Hàng rào dâm bụt trồng quanh nhà thì xanh um, hàng cây đủng đỉnh cong cành, đằng kia cây xoài, chỗ này gốc mít, góc nọ bờ ao... dzẫn thủy chung như tánh người. Mà "luận" dzễ nhơn nghĩa, đâu riêng gì tánh nết con Hồng được tiếng giỏi mà hiền, ở cái xóm nhỏ ngoại ô này bà con chòm xóm ai cũng biết cả nhà từ củ Út tới cau Ởi em, nghĩa biết trọng mà tình cũng thâm nghen, cho chí con cháu trong nhà, tánh tình như khuôn đúc ra: thiệt thà, chất phác nhưng cương trực hết xẩy à nghen.

- *(...)*

- Hả? Anh nói gi? Chèn ơi! Bữa nay mắc cái giống gì mà nói trong họng dzậy cà. Nói lớn nghe coi. Ờ, ờ... nghe rõ rồi nè. *(Chắc lưỡi).*

- *(...)*

- Sinh nhật hả? Làm gì có! Mà bữa đó Cau Củ em có mần sinh nhật cho con Hồng nó cũng hổng chịu đâu. Nó nói nó chỉ có... ngày sanh tháng đẻ thôi (như trong giấy thế vì khai sanh đã ghi) chớ nó làm gì có... sinh nhật *(cười hihi).* Với lại củ Út em nói cho có dzậy chớ có làm sức mấy cau Ởi ở đó mà chịu. Em biết tính con Hồng mà. Nó hiền như cục đất. Hả? Ừ, thì hiền như nước mưa, được chưa? Anh nầy...

- À, mà nè, nói nghe. *(già họng)*. Con sáo..., ý quên, con nhồng tuần trước bị mắc mưa suýt chút nữa là ngũm cù đèo.

- *(...)*

Ờ, thì... của con Hồng chớ của ai? Tội nghiệp nó cưng con nhồng hết biết. Chiều nào con Hồng cũng xách lồng chim đem vô treo cạnh bếp, bữa đó hổng biết sao nó quên, mà đêm đó trời lại mưa mới chết. Mưa to nghen, gió lớn nữa. Ngộ một cái nữa là bữa đó mắc mớ gì mà cả nhà cũng quên trớt quớt con nhồng. Chắc số con nhồng bị... trời hành một đêm. *(cười)*.

Sáng ra, như thường lệ con Hồng lui cui chụm lửa hồng nghe tiếng con nhồng "nhõng nhẽo" như mọi ngày, nó lấy làm lạ đưa mắt ngó lên xà bếp mới tá hỏa. Đúng lúc em dzừa xuống bếp nghe con Hồng buột miệng la "Trời đất!" đâm đầu chạy ra dzườn như ma rượt làm em cũng hết hồn hết dzía chạy theo coi dziệc gì. Té ra hồi hôm con nhồng bị bỏ quên ngoài vườn, mắc mưa lông lá ướt nhẹp.

Tội nghiệp con Hồng nhát thấy con nhồng đứng cú rủ trong lồng (hồi tối bị gió tạt rớt) nằm lăn lốc trên nền đất ẩm ướt, nó mau mau xách cái lồng chạy ù dzô bếp hơ lửa, khóc xụt xịt. Nói dại lỡ con nhồng chết queo... râu chắc cả nhà (trong đó có em) tiếc đứt ruột a! May mà nó còn sống. Thiệt phước ông bà nhà nó nghen.

- *(...)*

- Thì "nhà nó" là... con nhồng chớ nhà nào. Hỏi lãng nhách! Nghe kể tiếp nè!

Em nhớ lúc đó trời còn mờ đất nghe gà gáy te te sau dzuờn. Tuy lo lắng, sốt ruột nhưng em dzới con Hồng dzẫn thay phiên ngồi hơ lửa ấp con nhồng đang run rẩy trong lòng bàn tay cho bộ lông mau khô. Áng chừng năm mười phút con nhồng bắt đầu cựa mình, xù lông vẫy vẫy, ngúc ngoắc cái đầu ngơ ngác ngó lên thấy em (lạ hoắc), dây qua thấy con Hồng nó ọ ẹ cất tiếng *Út Hồng à...*

Mèn ơi! Lúc đó anh mà có ở đó nghe cái giọng nghẹt mũi, iểu xìu, xì ra một chút dỗi hờn, than van, trách móc mà dẻo nhẹo của con nhồng *Út Hồng à...* anh mà hổng phì cười thì, thiệt tình. thôi. Ý nó trách nỡ bỏ người ta đêm hôm mưa gió ngoài trời lạnh muốn chết hà, may mà tui hổng chết à nghen.

Thương cau củ lâu lâu em dia thăm, ở trong cái nhà mát rượi bóng cây này nhìn đâu cũng thấy bình yên, hạnh phúc quen rồi, dzậy mà bữa đó đụng chuyện con nhồng làm em một phen chới dzới. Ngó cái bản mặt bí xị chuyển qua tươi rói của con Hồng em mừng húm như ai cho quà bánh. Mà giá bữa đó cả nhà cùng thức vì chuyện con nhồng mắc mưa chắc em bị mệt tới ứ nhựa luôn à! Thiệt tình.

Ờ, mà thiệt tình chớ bộ giỡn chơi sao! Ngẫm đi ngẫm lại ở đời có nhiều cái thiệt tình quá *Út Hồng à...*

Con Le Hàng Xóm

Hổm rầy thím Khả cứ mắc cười hoài. Ngộ một cái là thím không cười mím chi cọp hay tủm tỉm cười như thường ngày mà đương làm bếp hay đương ngồi chơi bất thần thím đều ré lên cười khe khé. Tội nghiệp chú Ngón, chồng thím Khả, đương ăn cơm, coi TV hay đương ngon giấc kê vàng nghe thím cười ré lên chú thảy đều giật nảy mình, văng cả cái thần hồn xuống đất. Té ra thím Khả nhớ lại chuyện tình của chú Ngón hôm sinh nhật tuần rồi chú vui miệng kể ra làm thím cười tới lộn ruột.

Mình biết hông. Hồi đó, con nhỏ hàng xóm nó để ý tới tui, thương tui hồi nào, mụ nội tui cũng hổng biết. Thấy tui tỉnh khô (có biết gì đâu mà hổng tỉnh) cùng tụi bạn suốt ngày cà nhổng trong xóm con nhỏ đâm bực. Có lần đi ngang qua mặt tui nó hứ một tiếng tui tưởng nó "hứ" thằng bạn. Lần khác tui đương ôm eo thằng em cùng lớp lê la ngoài phố, thình lình ở đâu hổng biết, nó xộc tới thò tay nhéo eo ếch tui một cái nhảy dựng. Đau quá tui xuýt xoa cắm đầu chạy dìa nhà… mét má. Tưởng được má binh ai dè bị bả rầy cho một trận: "Con ơi là con! Mầy gần 16 tuổi đầu chớ còn nhỏ nhít gì đâu mà để người ta ăn hiếp". Nói thiệt dzới mình lúc đó tui đâu có dám khai con gái ăn hiếp tui, mặc dù nó đứng chỉ ngang ngực tui, dzới lại tui búng một cái là nó dzăng… "trên từng cây số".

Mà có hết đâu nà. Một hôm con nhỏ lò mò tới nhà tui thấy hổng có ai ở nhà nó gan trời thần, sấn tới hun tui một phát nghe một cái "chuu… ooạt!" tưởng tét cả môi. Tá hỏa tam tinh, tui la lên một tiếng, bật ngửa ra sau, nằm giẫy giụa, mắt mũi nhắm tịt, tay quẹt mỏ phun lia lịa. Thấy điệu bộ tui dzậy nó gập người ôm bụng cười ngả cười nghiêng, cười lăn chiêng, cười tét ghế bố.

Nghe tiếng cười pha lê hết sức hồn nhiên của con nhỏ, tui chợt im bặt, mở mắt ra dòm thì trời đất quỷ thần thiên địa ơi lúc đó tui mới để ý thấy nó đẹp hết biết. Má ơi, con nhỏ như tiên giáng trần. Nó chơi nguyên bộ đầm xòe trắng, trán buộc cái ruy-băng màu huyết dụ, tóc cum-bê ôm gọn gương mặt bầu bĩnh, trắng trẻo, thiệt... khó ưa; cái gương mặt gì mà sáng như trăng rằm, cặp mắt thì trời ơi... như sóng lượn, cái mũi dọc dừa, đôi môi đỏ chét, má lúm đồng tiền. Bao nhiêu cái đẹp trời cho đó đủ để nó hớp hồn tôi cái rột.

Thấy tui nín khe, ngẩn tò te, chống cùi chỏ lõ mắt dòm lên, con nhỏ hí hửng cười toe sà xuống dí mặt nó sát mặt tui làm tui như con thằn lằn đứt đuôi luýnh quýnh lùi lẹ ra sau. Mà sao con nhỏ có mùi thơm lạ lắm, trời nà. Mùi lúa, mùi sữa hay mùi xạ hương gì đó, lúc nó ập xuống nó đẩy nguyên mùi thơm trên người xộc vào mũi tui bắt ngộp.

Bị con nhỏ "tấn công" lần đó tui tè quá, hễ nhác thấy nó từ đẳng xa là tui lủi lẹ. Con gái con lứa gì mà dạn thầy chạy. Ấy dzậy mà ông trời ổng có để tui yên đâu nà.

Số là lần thứ hai, hổng biết ai thọt thẹt mà con nhỏ biết tui đương ở nhà ca cải lương một mình, nó lại mò tới. Hồi xưa dưới quê có nhà nào đóng cửa bao giờ, tha hồ cho gió lọt nhà trống. Ngồi sau hè, dựa gốc me, tui đương ôm đờn lim dim xàng xê mấy câu vọng cổ, con nhỏ như ma rón rén tới đứng sau lưng tui hồi nào tía tui cũng hổng hay. Đợi tui vừa dứt câu: "Sông sâu bên lở bên bồi. Tình anh bán chiếu trọn đời không phai" – bản Tình Anh Bán Chiếu đó - là nó cúi xuống chu mỏ thổi phù phù dzào tai tôi. Thú thiệt dzới mình hổng riêng gì tui mà bất kỳ ai đương mùi mẫn thả hồn theo câu hát thình lình bị nó thổi phù dzô lỗ tai thử hỏi ai mà hổng hết hồn. Phản ứng tự nhiên là tui la hoảng, quăng cây đờn, nhảy dựng lên, co giò phóng chạy ra cửa. Tới chừng nghe tiếng con nhỏ cười khăng khắc, kêu to: "Anh Hai ơi! Bạch le ne…e…è!" tui mới đứng lại, ngoái đầu, chổng khu thở dốc. Tiếng "ne…e…è!" của nó sao mà trong veo véo, dẻo nhèo nhẹo; nó "ne…e…è!" dài theo chưn tui khiến "cái thằng bỏ chạy" cũng thấy lòng dạt dào, xao xuyến.

Nhưng nghĩ ông trời chơi ngặt thiệt đa. Con người ta đẹp như thiên thần giáng thế, giọng nói thì líu lo như chim hót, tiếng cười thì trong trẻo như thủy tinh, dzậy mà lại mang cái hỗn danh "Bạch le", trong khi tên thiệt của con nhỏ là Uông Thị Bạch Lê. Mà cũng bị tại nó hay le lưỡi liếm môi cho ướt- nó thích môi ướt - nên mới chết danh "Bạch le" đó chớ.

Mỗi lần đi học dìa hay đi đâu chơi, thoáng thấy con nhỏ là bọn con trai con gái cứ la ong ỏng "Bạch le! Bạch le!". Ban đầu nó giận hết… loài người nhưng nghe riết rồi cũng quen. "Tưởng le gì chớ le lưỡi mà nhằm nhò gì", chính con Bạch… le phán như dzậy mà. Hề hề.

Rồi đất nước ngày một dầu sôi lửa bỏng, nối gót tía (tía tử trận ở cổ thành Quảng Trị, má rầu rĩ ít lâu sau cũng… theo ông theo bà) tui xếp bút nghiên theo nghiệp kiếm cung. Ngày đêm, dzác súng dzác đạn băng rừng dzượt núi, lội suối trèo đèo đánh giặc được năm năm thì tui bị đạn AK cày mất cha nó ba ngón chưn.

Giải ngũ tui "xi-cà-que" trở dìa quê mần ruộng thuê, dzác lúa mướn mới hay Bạch Lê đã đi lấy chồng. Con gái đẹp như lựu đạn sét cả nhà sợ nổ bậy nên sớm sang sông là phải rồi. Nhưng nghe nói mà tội nghiệp cho Bạch Lê ưng phải thằng chồng tuy cao ráo bảnh trai con nhà giàu mà hổng ra gì. Bét mắt ra là vác mặt xuống quán chệt Ìa bù khú với đám ăn nhậu say đến nỗi té sông mà chết. Thiềm Cáo, thằng bạn học ngày xưa, trở thành địa chủ, dzợ con đùm đề, ruộng cò bay bẻ cánh, thấy tui dìa nó tới nói ngay:

"Thằng chồng vũ phu của con Bạch le nửa đêm nửa hôm đi nhậu dìa xỉn tới độ thất kỳ bất ý trợt chưn té nhào đầu xuống sông bị hà bá nhấn nước chết chìm cha nó luôn. Con Bạch le vốn trời cho đẹp, lúc đi chôn thằng chồng thấy nó khóc, nước mắt nó cũng… đẹp hết hồn luôn."

Ra chiều cao hứng, Thiềm Cáo tiếp: "Từ ngày góa chồng con Bạch le càng xinh như nguyệt thẹn." Trời đất! Chơi dzới thằng Cáo từ hồi nhỏ, lớn lên tui hổng dè cái thằng hay khóc nhè trong lớp lại trở thành đại phú, ăn nói trưởng giả quá chừng. Nó còn nói cô Bạch Lê đã trở thành một thiếu phụ thuần thục bá cháy. Trai làng trong, làng ngoài tới dạm hỏi, cổ đều lắc đầu.

Riêng tui biết thân biết phận, từ ngày binh bại dìa làng chẳng bao giờ tui héo lánh tới nhà cô Bạch Lê.

Dzậy mà một hôm rảnh rỗi, tui ngồi dựa gốc mít hát vọng cổ đã rồi lim dim lộn hồn dìa thuở xa xưa chợt nghe có tiếng chân người rổn rẻn đi tới. Ngoẻo đầu hé mắt dòm lên thì trời mẹ ơi, con… Bạch le! Tui nói thiệt tình mình đừng nổi nóng. Dưới ánh nắng mai, Bạch Lê giống hệt như cô Bạch Tuyết bảy chú lùn vừa từ huyền thoại, cổ tích bước ra.

Vừa thấy Bạch Lê tui dọn mình đứng phắt lên, quên trớt mình "xi-cà-que", lạng quạng chực té nhưng may quá tui gượng lại được. Dĩ nhiên lần này tui... ngon, hổng sợ cổ hun ẩu như hồi nhỏ. Ngược lại tui hách-xì-xằng đứng dạng chưn, tay chống nạnh, hất mặt nghênh nghênh nhìn cổ ra vẻ mình hổng ngán một ai. Hổng biết điệu bộ tui lúc đó diễu dở ra sao mà Bạch Lê trố mắt nhìn tui trong tích tắc rồi cổ rung người cười toáng lên. Nguyên cái thân hình thanh mảnh, gọn ơ kia vừa thụt lùi vừa gập bụng lại, mắt liếng khỉ, mở thật to, thật đẹp, ngón trỏ xinh xinh chỉ vào mặt tui, miệng phun ra từng tràng cười ngặt nghẽo.

Chèn đéc ơi! Tiếng cười trong vắt ngày xưa lại ùa dìa tuôn ra từ cái miệng... ngon như bánh ít nhưn dừa mà mình hay mần cho tui ăn.

Trộm nghĩ lần này coi bộ mình "dính" với cô Bạch Lê luôn quá. Nghĩ dậy tui nghe "cục sướng" trong lòng râm ran nổi lên. Ấy dậy mà thói đời thiệt bất nhơn quá chừng nghen. Mình nghĩ coi, tui đang "sướng một cục" chợt cô Bạch Lê nghiêm mặt rồi tươi rói hí hửng báo tin tuần tới cổ đi lấy chồng, mong tui mừng cho cổ. Trời mẹ ơi! Mừng đâu hổng thấy, thấy mình đang sướng chuyển qua quê một cục. Thiệt tình. Nói thiệt dzới mình lúc đó tui "quê" tận mạng. "Quê" cho tới khi trời xui đất khiến tui gặp mình, nên duyên chồng dzợ dzới mình tui mới hết "quê". Hề hề...

Con Chàm Quạp

Chú Bảy Khìa và cô Hai Hên là dân kỳ cựu của Xóm Chòi từ thời cất chòi lập xóm. Hồi trào Tây, doi đất nhô ra bên Thủ Thiêm nhỏ như cái lỗ mũi, lèo tèo vài chục căn chòi gọi là Xóm Chòi; hiền hòa vậy, yên ổn vậy, rốt cuộc lại mang một số phận bi thảm. Đêm Tây đánh Việt Minh, Xóm Chòi bị thiêu rụi hoàn toàn, dân lành già trẻ lớn nhỏ gì đều bị đạn ăn, lửa đốt chết sạch. Đêm hôm khuya khoắt, Việt Minh bị Tây phục kích gần trại Thủy, tổn thất nặng nề, số chết, số bị thương, bị bắt, số còn lại chạy thoát xuống Xóm Chòi đốt nhà, lùa dân làm bia đỡ đạn, Tây rượt theo thấy bóng người chạy lúp xúp dưới bãi là nã đạn liên hồi kỳ trận. Đêm ác nghiệt đó, gia đình chú Bảy Khìa và cô Hai Hên không có mặt ở Xóm Chòi nên sống sót. Âu cũng là số trời.

Hai mươi năm sau, cũng số trời xui họ tình cờ gặp lại nhau. Cô Hai Hên lúc bấy giờ đã là bà chủ bự của tiệm tạp hóa 2 Hương (bảng hiệu ghi rõ số 2) ở miệt Phú Lâm, Bình Chánh. Tiệm khá lớn, bày bán đủ các đồ gia dụng kiêm thực phẩm rất đông khách, có cả quầy bán cà phê, bánh ngọt rộng rãi, khang trang. Vào một ngày cuối năm sắp Tết chú Bảy Khìa từ Ba Tri cỡi Honda lên Sài Gòn có chút việc. Lúc ngang qua Phú Lâm, chú ghé vào tiệm tạp hóa 2 Hương mua gói thuốc lá Cotab. Đang loay hoay móc bóp trả tiền, chợt nghe có người líu ríu: "Có phải chú Bảy bên Thủ Thiêm hông dzậy?" làm chú giựt mình. Ngước lên thì trời đất ơi, không phải là cô Hai Hên đó sao!? Hai mươi năm biền biệt tình cờ gặp lại nhau cả hai đều bỡ ngỡ nhìn nhau, cảm xúc ngờ ngợ rồi ngỡ ngàng, mừng rỡ nhận ra nhau.

- Bảy Khìa đây.
- Mèn đéc ơi? Hai Hên tròn xoe mắt, mừng quá quên cả ý tứ, vọt miệng nói:
- Chú Bảy còn sống hả, chú Bảy?

Biết mình lỡ lời, Hai Hên nói mau: - Mà lâu nay chú Bảy ở đâu dzậy?

Bảy Thìa hệch hạc cười:
- Qua còn sống sờ sờ đây nè. Hồi nào giờ, qua vẫn mần ruộng ở Ba Tri…

Hai Hên nghiêng đầu, ngạc nhiên:
- Chú Bảy chưa nghỉ hưu sao? Mèn ơi, lâu dữ đa. Mà chú Bảy cũng hổng khác gì mấy.

Bảy Khìa trạc tuổi sáu lăm, râu xám bạc, cười nói:
- Cô Hai cũng vậy, mới nhìn thoáng qua qua nhận ra ngay.

Hai Hên cười, đon đả mời:
- Dạ, mời chú Bảy qua đây uống cà phê, tui mời. À! Mà chú Bảy tới đây bằng gì?
- Tui chạy xe Honda. Định bụng ghé vô đây mua gói thuốc, uống cà phê nên tôi đã gởi xe rồi.
- Dạ. Dzậy mời chú Bảy qua đây nghen.

Chú Bảy Khìa theo Hai Hên qua gian quán cà phê, chọn bàn trong góc, cạnh chậu hoa Quân tử lan đang trổ bông đỏ khé. Chú Bảy nói nhỏ:
- Gặp lại cô Hai qua ngạc nhiên quá chừng. Cứ tưởng hồi đó cô Hai… kẹt ở bến. - Dạ, tui cũng tưởng Xóm Chòi mình hổng còn ai. Ai dè dzừa thấy chú Bảy bước dzô tiệm tui đã ngờ ngợ rồi. Hồi đó đọc nhật trình biết bà con chòm xóm

mình bị thảm nạn tui khóc hết nước mắt. Hai Hên vừa nói vừa nhanh nhẹn kéo ghế mời:

- Chú Bảy ngồi đi. Chú uống cà phê hén?
- Ừa. Cho qua ly cà phê đen đá đi.

Chú Bảy Khìa ngồi xuống đặt gói thuốc lá Cotab trên bàn, mắt nhìn quanh thầm khen Hai Hên có tay buôn bán. Xế trưa mà khách ra vào cửa tiệm khá đông. Riêng gian hàng cà phê thu hút đủ mọi giới. Nhất là thanh niên tụm năm tụm ba, vừa tán gẫu vừa cà phê, phì phèo thuốc lá. Khác với cuộc sống xô bồ, hỗn độn ngoài kia, nắng xuyên qua cửa kính hắt vào trong quán phản ánh một thế giới bình yên thu nhỏ. Chú Bảy châm thuốc hút một hơi dài. Khói thuốc làm không khí như phả hơi sương bềnh bồng. Hai Hên gọi:

- Út Xưa. Ra chào bác Bảy đi con. Bác Bảy là bà con chòm xóm dzói má năm xưa bên Thủ Thiêm đó. Bác tốt bụng lắm.

Út Xưa thối tiền cà phê cho khách xong chạy tới, thưa:

- Dạ, con chào bác Bảy.

Nhìn cô gái trẻ trung, tươi tắn trong chiếc áo màu hoàng kim, lễ phép đứng khoanh tay cúi đầu, chú Bảy buột miệng khen:

- A, con giỏi quá! Bác Bảy chào con.

Hai Hên cười thích thú:

- Con gái tui đó, chú Bảy. Sắp Tết bãi trường nó được nghỉ học ở nhà phụ tui coi sóc cửa tiệm.

Đoạn Hai Hên nhìn con: - Cho má hai ly đen đá đặc biệt nghen con.

- Dạ, con biết rồi, có liền. Má Hai, bác Bảy chờ chút.

Chờ Út Xưa khuất sau bếp, chú Bảy Khìa nói nhỏ:

- Cô Hai thiệt khéo dạy con.

- Cháu nó ngoan lại sáng dạ lắm, chú Bảy.
- Mừng cô Hai rộng bề gia thất, chồng con đề huề nghen.
Hai Hên chưa kịp đính chánh, chú Bảy Khìa hỏi luôn:
- Ủa? Anh nhà đâu, cô Hai?
Lúc đó Hai Hên mới nói:
- Đâu mà có, chú Bảy! Cô giẫy nảy - Tui dzầy, ai thèm lấy. Lủi thủi mình ên riết tui mới tới viện mồ côi xin con Xưa dìa nuôi để mẹ con hủ hỉ qua ngày dzậy mà.
- Thì ra vậy? Qua tưởng…
Sinh sống ở Xóm Chòi lâu năm, chú Bảy Khìa biết rõ tình cảnh Hai Hên. Ngay từ thời lưu dân tứ xứ giạt qua bán đảo Thủ Thiêm lập nghiệp, Hai Hên đã có mặt. Chọn doi đất hoang mọc đầy cỏ lác nhô ra bên bờ sông mọi người hè nhau ra sức khẩn hoang. Không bao lâu, dẫy nhà chòi mái tranh, vách đất lần lượt dựng lên thành nơi trú ngụ của đám dân nghèo. Vì chỉ có vài chục mái chòi nên mới có tên Xóm Chòi. Nơi ăn chốn ở an vị đâu vào đó rồi vợ chồng chú Bảy Khìa mới biết Hai Hên ở kế bên. Sống côi cút một mình, hiền lành, vui tánh, giỏi buôn bán, Hai Hên sớm được bà con chòm xóm cảm thương.

Cà phê được một cô hầu bàn mang tới đựng trong mâm bằng bạc, trong mâm có hai cái bánh ngọt gói giấy bóng kiếng và hai ly cà phê. Nhìn cà phê phin nhỏ giọt trong ly, chú Bảy Khìa nghiêng đầu nói nhỏ:
- Qua mừng cô Hai mần ăn phát đạt nghen.
- Dạ, cám ơn chú Bảy. Nhờ trời ngó xuống giúp cho.
- Hồi bên Thủ Thiêm, cô Hai đã khéo buôn bán rồi.
Hai Hên dạ nhỏ rồi nói cà phê nhập cảng từ Pháp đó chú Bảy. Café Du… gì?

- Café Du Monde.

- Dạ, café... Mời chú.

Hớp một ngụm cà phê, chú Bảy gật đầu khen ngon rồi tủm tỉm cười, nhắc:

- Không biết hồi xưa cô Hai có để ý dân mình uống cà phê bằng dĩa không?

- Dạ có, chú Bảy. Hồi đó thấy mấy bác xích lô, nhất là mấy anh công nhân hãng đóng tàu Caric của Pháp gần bờ sông Sài Gòn xì xụp uống cà phê bằng dĩa, tui tưởng mấy ổng húp cái gì. Chừng tới gần mới biết. Ngộ quá chừng hà.

Chợt Hai Hên cắn môi, ánh mắt trở nên mơ hồ, cô nói:

- Gặp lại chú Bảy tui lại nhớ Xóm Chòi mình quá ể, chú Bảy.

- Qua có thua gì cô Hai đâu nà. Ở Ba Tri mà mắt qua cứ ngó chừng về Xóm Chòi hoài.

- Dzậy... chớ chú Bảy có trở dìa bển thăm xóm mình lần nào hông?

Chú Bảy Khìa nhấp một chút cà phê xong thở dài:

- Nói tình ngay. Hễ nghĩ tới bà con Xóm Chòi chết oan uổng qua muốn qua mà qua cứ lấn cấn hoài. Xót dạ lắm, cô Hai.

- Dạ, tui hiểu. Dẫu sao thì Xóm Chòi mình đã bị xóa sạch sành sanh rồi.

- Thiệt tình, qua tiếc đứt ruột.

- Chú Bảy biết hông. Doi đất xóm mình hồi đó giờ nhà nước đổ đất lấn ra rộng lắm. Thứ gì cũng đổi mới hết trơn. Tui có qua bển hai lần mà lần nào tìm cũng hổng ra xóm cũ, đã dzậy còn đi lạc ngay trên đất cũ của mình.

Hai Hên nuốt nước miếng, tiếp:

- Tui lớ ngớ hỏi thăm người này người nọ ai cũng ngơ ngác lắc đầu. Có người khó tính, cự "Xóm Chòi? Tên gì lạ wắc!". Mà thiệt, chú Bảy. Toàn là người lạ quắc lạ quơ à. Tui rầu bắt thúi ruột.

- Bà con mình còn ai đâu mà hổng lạ, cô Hai. Hai mươi năm rồi còn gì.

Hai Hên dạ nhỏ rồi như chợt nhớ ra chuyện gì cô ngồi thẳng người lên, buột miệng:

- Í mèn đéc ơi! Nói chiện nảy giờ quên hỏi chú Bảy đi đâu mà lạc tới đây dậy, chú Bảy?

Chú Bảy Khìa cười nói:

- Qua lên Sài Gòn mua chút quà về biếu bà con ăn Tết.

- Chú Bảy lúc nào cũng tốt bụng. Ngày tháng thoi đưa, mới Tết đó lại Tết nữa rồi.

Hai Hên khuấy nước đá trong ly cà phê, nói:

- Thử cái bánh này đi chú Bảy. Bánh bông lan nhưn kem Hòa Lan tiệm làm đó.

Chú Bảy Khìa ngạc nhiên, nhướng mắt khen Hai Hên rồi chợt hỏi:

- À! Cô còn nhớ ông Tư Đò không, cô Hai?

Nhắc tới ông Tư Đò mắt Hai Hên chợt sáng lên:

- Sao hổng nhớ, chú Bảy. Làm sao quên cho đặng??? ... - Tôi nghiệp. Hồi đó chắc ổng chết mất xác...

Hai Hên cúi xuống, giọng nhỏ lại:

- Dạ, tui cũng nghĩ dậy. Ông Tư ổng...

- Mà đêm đó Tây đánh Việt Minh, càn xuống Xóm Chòi, cô Hai ở đâu?

- Dạ, trưa đó tui qua chợ Vườn Chuối bổ hàng trễ nên phải nán lại chờ. Còn chú Bảy?

- À, vợ chồng qua thì trước đó một ngày đưa sắp nhỏ về Ba Tri thăm ông bà. Đúng là ý trời.

Hai Hên buồn rầu thở dài:

- Dạ, sống chết có số mà chú Bảy. Chiện mới đó chớp mắt một cái đã trôi qua cái rột.

- Ừa. Hai mươi năm rồi! Lẹ thiệt. Rồi sau đó cô Hai có trở qua Thủ Thiêm coi Xóm Chòi mình ra sao không?

- Dạ có…

- Sao ? Tình hình lúc đó ra sao? - Dạ hông… Tây họ có cho ai léng phéng xuống Xóm Chòi đâu, chú Bảy.

- Ừa, qua cũng vậy, cũng sốt ruột mò qua ai dè bị nhà nước cấm.

- Tui đọc tin trên báo thấy tội nghiệp cho bà con chòm xóm mình…

- Ừa. Qua cũng có đọc.

Hai Hên lóng ngóng hỏi:

- Hổng biết Tây hay Việt Minh đốt xóm mình ác đạn dzậy, chú Bảy?

- Qua cũng như cô có biết ai đâu nà. Đã vậy còn giết người không chừa một móng.

- Dạ, còn… chú Bảy với tui.

- Thì qua nói là nói vậy thôi. Cái quân gì thiệt bất nhơn.

- Tội nghiệp, già trẻ gì cũng hổng tha. Mà tui thương ông Tư Đò lắm, chú Bảy.

- Coi cà. Dân Xóm Chòi ai mà không thương ông Tư Đò. Tánh tình ổng hề hà hệch hạc, hay giúp đỡ bà con mình.

- Dạ. Tui nhớ hoài. Mỗi lần tui cần xuống trại Thủy, đò rảnh, ổng đều chở tui đi. Sóng yên bể lặng hổng nói làm gì, nhằm ngày trái gió trở trời ổng cũng hổng nề hà gi hết trơn.

- Đâu riêng gì cô, ai ổng cũng giúp đỡ mà. Bởi vậy bà con mình ai cũng thương.

Chợt chú Bảy Khìa ngồi thẳng lưng, hỏi:

- Á, cô Hai còn nhớ thằng Tỷ, thằng con lớn của qua bị con rắn chàm quạp cắn không?

- Dạ nhớ chớ, chú Bảy. Bữa đó thấy cậu Tỷ mặt mày tái mét, nằm xụi đơ làm tui hết hồn.

- Ừa. Lần đó thằng Tỷ không nhờ ông Tư Đò cứu chắc nó toi mạng rồi.

- Phước ba đời. Ngoài nghề đưa đò, ông Tư Đò còn giỏi dzề thuốc Nam mờ.

- Ừa. Chữa bịnh cho ai cũng miễn phí.

- Dạ, bởi dzậy bà con mình còn gọi ổng là "ông Tư điệu nghệ", chú Bảy còn nhớ hông?

- Nhớ chớ. Hầu như ai cũng có chút mang ơn ổng.

Chợt Hai Hên hỏi:

- Tui quên hỏi cậu Tỷ giờ ra sao? Chắc lớn bộn. Vợ con gì chưa, chú Bảy?

Chú Bảy dựa vào lưng ghế nhìn Hai Hên một thoáng rồi nói nhỏ như một tiếng thở dài: - Nói thiệt cô Hai thương. Nó chết lâu rồi.

Hai Hên chưng hửng, khẽ kêu lên:

- Í mèn đéc ơi! Tôi nghiệp hông. Mà sao…

- Nó chết trận, cô Hai à. Sau biến cố Xóm Chòi, gia đình qua ở luôn dưới quê mần ruộng mần rẫy sống qua ngày
. Ngừng một lát, ông tiếp giọng đều đều của một người cha đau khổ:

- Ngày tháng thoi đưa, thằng Tỷ tới tuổi quân dịch, đi lính đâu tuốt ngoài Trung, chưa đầy một tháng đã tử trận…

Nắng trưa xuyên qua cửa sổ hắt lên mặt bàn làm thành một thứ ánh sáng buồn thảm. Hai Hên thở dài rồi ngập ngừng nói:

- Tội nghiệp quá. Dạ… còn cô Tơ?

Bảy Khìa lại nhìn Hai Hên, tia mắt nói lên tất cả nỗi buồn ly biệt.

- Vợ chồng qua giờ chỉ còn biết nương tựa vào nhau mà ráng sống thôi, cô Hai à.

Hai Hên bối rối, chớp mắt hỏi:

- Dzậy… là sao, chú Bảy? Cô Tơ…?

- Con Tơ, em thằng Tỷ, cũng mất trên mười năm nay rồi, cô Hai ơi.

Hai Hên không cầm được sự xúc động, thảng thốt:

- Trời đất quỷ thần ơi!

- Nó chết thế mạng anh nó, cô Hai tin không? Qua còn không tin nữa là…

- Nghĩa là…?

Chú Bảy Thìa nhìn vào khoảng không:

- Nó bị rắn cắn chết ở ngoài đồng

- Trời đất! Lại rắn? Mà con rắn gì, chú Bảy?

- Con chàm quạp

Nước mắt và tiếng than khóc thê lương của vợ chồng chú Bảy Thìa về cái chết liên tiếp của hai người con đã khiến cho dân làng Bảo Trị chìm trong u uẩn một thời gian dài.

Đoạn kết

"Biến cố 30 tháng 4, 1975, nữ thương gia Hai Hên bị bắt đi tù "cải tạo" vì tội "tư sản mại bản". Tất cả cơ ngơi sản nghiệp một tay bà dầy công gây dựng, từ siêu thị 2 Hương cho tới dẫy nhà hai bên quốc lộ 1 ở Phú Lâm, Bình Chánh đều bị Việt Cộng tịch thu. Hai năm sau, vì tuổi già sức yếu bà Hai Hên lâm trọng bệnh được thả về một tuần thì mất".

Tin trên do bà Út Xưa, con nuôi của nữ thương gia Hai Hên email cho tôi biết. Trần Thị Út Xưa là "friend" của tôi trên Facebook đã nhiều năm. Cuối năm 1977, bà và chồng con vượt biên tới trại Laem Sing, Thái Lan, sau đó định cư tại tiểu bang New Mexico, Hoa Kỳ năm 1978 cho đến nay. Bà Út Xưa thường đọc truyện ngắn của tôi trên Facebook hay kể lể ba mớ chuyện đời thường, bà tỏ ý thích nên tháng vừa rồi bà nhờ tôi "hiệu đính" giùm cốt truyện "Con Chàm Quạp" kể trên.

Dựa vào tâm tình của Út Xưa, dù không ghi rõ ngày tháng, nhưng bà cho biết chuyện bà kể đã xẩy ra cách đây ngót năm mươi năm. Trong email bà Út Xưa rất vắn tắt, không thấy đề cập tới ông Bảy Khìa nên tôi không tiện hỏi.

Đọc xong cốt truyện "Con Chàm Quạp", tôi không có "hiệu đính" như ý tác giả muốn, ngoài việc sửa một số lỗi chính tả, cũng như sắp xếp lại câu cú cho suôn sẻ vậy thôi. Sau khi đọc lại xong bà Út Xưa nhờ tôi giới thiệu đến quí bạn đọc câu truyện "Con Chàm Quạp" của bà trên Facebook này.

Dưới đây là phụ chú của tôi, nếu có gì sai sót nhờ vạn hữu chỉnh sửa cho.

I. Rắn chàm quạp

Cuối năm 1975, tôi và các bạn tù "cải tạo" ở Củng Sơn, tỉnh Phú Yên đi lao động chặt cây, đốn tre, cắt tranh về dựng thêm lán trại để đón đợt tù mới sắp vô. Xế trưa, toán chúng tôi đang hì hục hạ cây rừng thì có người không may bị rắn cắn. Giữa rừng giữa rú thuốc men đâu mà kịp thời cứu chữa, xe cấp cứu đâu mà tải thương, chúng tôi đành lấy dây rừng buộc chặt đùi nạn nhân, nặn máu ra ngăn không cho nọc độc lan vào tim. Nhưng số người bạn tù đã tận, ít phút sau mắt anh trợn ngược, miệng sùi bọt mép, toàn thân co giựt rồi lịm dần. Thủ phạm là con rắn chàm quạp. Đặc tính của loài rắn này khi cắn người, thay vì bỏ chạy, nó lại nằm im tại chỗ, đã bị chúng tôi đập chết ngay.

Rắn chàm quạp tương cận với loài rắn lục, là một loại rắn cực độc, hiếm thấy ở Việt Nam. Vì có màu lá khô nên rắn chàm quạp còn gọi là rắn lục lá khô. Rắn dài khoảng một sãi tay, to bằng cườm tay, trên đầu và dọc theo sóng lưng có nhiều hoa văn hình tam giác màu đỏ tía hoặc nâu bầm.

II. Thủ Thiêm

Hơn trăm năm trước, bán đảo Thủ Thiêm là một vùng đất trũng, quanh năm ngập nước phèn, cỏ lác, cỏ năn mọc khắp nơi, ngày nay đã thay da đổi thịt trở thành một đô thị hiện đại. Những tiếng chèo quẫy chụp, tiếng phà rì rầm ngày đêm chở khách qua lại từ bến phà Sài Gòn - Thủ Thiêm đã tan biến theo thời gian. Thay vào đó là những tiếng ồn ào của các động cơ xe hơi, xe gắn máy phom phom chạy qua cầu, băng qua hầm vượt sông nối liền quận nhứt Sài Gòn với Thủ Thiêm. Đặc biệt, mới đây nhà nước Cộng sản đang đẩy mạnh dự án xây dựng "nhà hát giao hưởng" ở Thủ Thiêm với giá ngàn tỷ.

Ở Âu châu, quê hương của âm nhạc cổ điển có nhiều Hí viện Hòa Nhạc (concerto hall, symphony hall) không những là niềm tự hào dân tộc mà còn được xem là biểu tượng của quốc gia. Các nước trên thế giới như Úc, Singapore, ngay cả nước Việt Nam dưới thời Pháp thuộc, người Pháp cũng đã xây dựng Hí viện Opera Saigon và Tòa Nhà Hòa Nhạc Phillarmonie, những công trình văn hóa nhạc thuật nhằm cung ứng nhu cầu cho giới thưởng ngoạn.

Tuy nhiên, có nhiều biểu tượng làm thay đổi một quốc gia, đưa quốc gia đó vượt lên mọi vẻ đẹp và làm giàu cho đất nước. Ngược lại cũng có những biểu tượng có khả năng làm sụp đổ một quốc gia.

Riêng đất nước Việt Nam, thử hỏi có bao nhiêu người quan tâm đến nhạc hòa tấu cổ điển? Có bao nhiêu người thích đi nghe loại nhạc này, ngoài một số rất nhỏ trong giới thưởng ngoạn?

Thiết nghĩ cho đến thế kỷ 21 này, đại đa số quần chúng, nhất là giới trẻ đã không có môi trường tốt để nâng cao trí tuệ chủng tộc, vun bồi giá trị đạo đức hầu bồi đắp ý niệm, hội đủ kiến thức về cái hay cái đẹp của nhạc hòa tấu cổ điển cao sang, quí phái này.

Tâm hồn yêu nhạc của quần chúng Việt Nam xưa nay vẫn quanh đi quẩn lại bên những câu hò, câu hát dân ca mộc mạc, giản dị, hay những bài vọng cổ xàng xê quen thuộc, hoặc gần đây loại nhạc mùi, nhạc sến, boléro, là những món ăn tinh thần của dân chúng sau một ngày mệt nhọc bởi kế sinh nhai.

Ca dao Việt Nam là kho tàng văn học nghệ thuật vô giá hàm chứa những hình ảnh hiền hòa mộc mạc đã thấm nhuần vào văn hóa và đời sống của người Việt từ bao đời. Nhưng bất hạnh thay, có những câu ca dao vì thời thế, vì bạo lực làm cho mất đi ý nghĩa thâm thúy mà cha ông đã từng để lại.

Thủ Thiêm ngày trước với hình ảnh chứa chan mỹ học của những cô gái Thủ Thiêm mượt mà, uyển chuyển chèo những con đò đi sâu vào câu ca dao bất hủ: *"Bắp non mà nướng lửa lò. Đố ai ve được con đò Thủ Thiêm"*, ngày nay đã không còn nữa, đã bị bạo lực dìm sâu trong sóng nước Thủ Thiêm.

Bồ Tát Đình

Trận đại dịch của năm 2020 làm đảo lộn mọi trật tự trên thế giới, cả văn hóa và đạo đức cũng như mạng sống của con người đã bị tước đoạt thật vô lương. Dưới một triều đại bạo ác, con siêu vi khuẩn Wuhan là vũ khí chiến tranh sinh học có tiềm năng vượt thắng mọi giả hình để sống thực giữa trời và đất. Thức ăn của nó là hai lá phổi con người. Trong nỗi tang thương của thời đại phi đạo đức, ta đều biết mọi tội ác sẽ bị trừng phạt.

Nhà Phật có câu "sanh, lão, bệnh, tử" đều là nghiệp lực. Thế sự thăng trầm, bể dâu tan tác cũng là nghiệp lực. Bằng mối chân tình vô ngã, tôi thành kính chia buồn với tất cả những nạn nhân của ngày hôm nay.

Đau lòng trước những bức tử nhân sinh, tôi vẫn nhớ, ngậm ngùi nhớ, nhớ hoài một người hiền đức, một bồ tát an nhiên tự tại vẫn bước đi trên con đường Bồ tát. Chuyện đã lâu rồi, nhưng tôi vẫn ghi tâm, vẫn trì chú bằng một tâm tình vô ngã. Chuyện xin thưa như vầy.

Cuối cùng tôi cũng bỏ cha tôi mà đi. Anh hai, chị ba, anh tư đã được cha dựng vợ gả chồng ra riêng từ nhiều năm trước. Vì kế sinh nhai ở xa quê nên ít khi mấy người về thăm. Khi tôi vào chùa quy y tam bảo, những ngày tháng tu học ở chùa, tôi biết cha tôi còn lại một mình với cỏ cây, với trăng sao, mưa nắng.

Hồi tưởng lại ngày tháng dưới một mái nhà với cha và các anh chị mà lòng bồi hồi. Khi tôi vừa đủ trí khôn mới biết cha tôi sống cô quạnh một mình, không bà con thân thích và rất nghèo. Nghèo nhưng cha con chúng tôi đều yêu thương nhau, đùm bọc lấy nhau.

Tôi là con út nên được chiều chuộng nhiều. Để nuôi con khôn lớn, cha tôi đã nai lưng làm đủ mọi nghề. Lúc thì làm thợ hồ, thợ mộc, lúc thì mần ruộng thuê, vác lúa mướn, lúc thì gác gian, cuối cùng là nghề đưa đò ngang bên Thủ Thiêm.

Thời trai tráng, cha tôi là một nghệ sĩ cổ nhạc. Ông chuyên về đờn cò theo một gánh hát quê lưu diễn khắp Lục Tỉnh Nam Kỳ. Lúc khán giả miền Tây già trẻ lớn bé nức lòng mến chuộng cải lương lại là lúc ông bầu gánh hát chẳng may bị lạc đạn của Tây, bèn rã gánh. Sầu đời, cha tôi lặn lội lên Sài Gòn tìm kế sinh nhai, rồi theo dân tứ xứ kéo qua Thủ Thiêm dựng làng lập ấp ven sông.

Thủ Thiêm xưa là vùng đất trũng, mọc đầy cây bàng và lác, lưu dân đến lập ấp nên gọi là ấp Cây Bàng cạnh bến đò Cây Bàng. Trải qua nhiều năm tháng lần hồi mới có mặt lũ trẻ chúng tôi. Thời đó, cuộc sống của cha tôi lúc bước chân ra khỏi cửa là chạm mưa, chạm nắng, đất bờ sông lúc nào cũng như nghiêng xuống, con đò thì chòng chành trước những xuồng máy đuôi tôm ngày càng nhiều. Nhất là thập niên 1960, con phà hình hột vịt do hãng đóng tàu Caric của Tây bên Thủ Thiêm hạ thủy là gây nhiều sự chú ý. Phà rất đơn sơ, ngoài chở khách còn chở cả xe đạp, xe gắn máy qua lại trên sông. Nhiều đêm, thấy cha ngồi một mình lặng lẽ nhìn con phà dưới bến tôi thương ông vô hạn. Tôi có cảm tưởng như con phà vô tình át tiếng đò chèo của cha tôi, đẩy gia cảnh chúng tôi vào nơi chông chênh, khốn khó. Lạ một điều là trong mắt chúng tôi cuộc sống có vất vả, có mưa phơi nắng trái, dù mỏi mệt nhưng cha vẫn luôn gọn gàng, ngăn nắp, hòa nhã và đặc biệt rất nghệ sĩ.

Nghèo xơ nghèo xác nhưng tấm lòng cha tôi lại giàu vô lượng. Dưới mái nhà tranh vách đất đơn sơ chật hẹp cạnh bờ sông, ông âm thầm nuôi bốn anh chị em chúng tôi cho tới ngày khôn lớn.

Tôi vẫn nhớ chị ba tôi thủ thỉ lúc tôi chập chững biết đi, vòi vĩnh mẹ thì cha ôm tôi vào lòng chỉ lên bàn thờ nói mẹ mất lâu rồi. Ngoài sự đùm bọc của cha, anh chị em tôi chưa từng biết mẹ chúng tôi là ai, không biết mẹ chúng tôi qua đời từ lúc nào, chỉ thấy bức di ảnh một người mẹ đã mờ nhạt lồng trong khung kính cũ kỹ đặt trên kệ thờ nhỏ rí ở góc nhà.

Rồi cái gì tới sẽ tới. Chờ đứa con út là tôi có đủ trí khôn cha mới cho chúng tôi biết sự thật. Một sự thật bất ngờ và vô cùng đau đớn mà lúc đó chúng tôi đều không tin vào tai mình. Cả bốn anh chị em tôi lần lượt bị đời vứt bỏ ở những bãi rác công cộng được cha thương tình đem về nuôi nấng. Sau giây phút ngỡ ngàng về sự thật hết sức đau lòng, không ai bảo ai, chúng tôi đều quỳ sụp xuống lạy tạ cha tôi và khóc. Đời tôi chưa bao giờ nghe mình khóc thương tâm đến như vậy. Mà có riêng gì tôi đâu, cả ba anh chị của tôi cũng nước mắt nước mũi ròng ròng, vật vã, xót thương. Cây lúa lớn lên từ đất, từ ơn mưa móc; còn chúng tôi lớn lên từ mồ hôi, nước mắt của cha tôi. Cứ vậy anh chị em chúng tôi nương tựa nhau dưới mái nhà nghèo khó, nhưng vô cùng hạnh phúc trong vòng tay ấm áp của người cha bồ tát. Khi nhận thấy chúng tôi đã cứng cáp trong đôi cánh bay, ông lần lượt dựng vợ gả chồng xong ông tung hết lũ con ra ngoài đời. Riêng tôi lại hướng về ánh sáng của Phật đạo

Ngày tháng tu tập ở chùa, tôi luôn luôn tưởng nhớ đến cha già, một người cha thường khiến cho bốn anh chị em chúng tôi đều hết lòng thờ phụng, kính yêu. Cha tôi, dù không phải là cha ruột, hình thành con người cho chúng tôi, nhưng cha là món quà vô giá mà Trời Phật đã ban ra để cứu vớt chúng tôi.

Ngày xa xưa cha tôi sớm cô quạnh một mình. Chúng tôi là những con chim non bất hạnh được cha lượm về dưỡng dục cho đến khi khôn lớn chúng tôi bay đi, cha tôi vẫn cô quạnh một mình. Và cha đã ở vậy cho đến cuối đời.

Cha tôi, một người cha vỏ ngoài bình thường nhưng bên trong lại chứa đựng một trái tim bồ tát. Sống trong giáo pháp nhà Phật, tôi tin rằng cha tôi là một vị Bồ Tát hóa thân dưới một ẩn tướng để cứu độ lũ con bị đời ruồng bỏ.

Cha tôi họ Lý tên Đình. Trên tấm mộ chí đơn sơ của Cha tôi, ngoài tên họ Lý Bố Đình, phía dưới còn khắc thêm "pháp danh" thật nhỏ, thật khiêm nhường mà lúc còn tại thế Cha tôi chẳng hề hay biết:

Bồ Tát Đình.

Con Út Mót

(người kể chuyện)

Hồi nhỏ con Út Mót rất thích ăn bánh dẻo Nội mần. Cái bánh dẻo nhưn dừa, nhưn khoai môn, nhưn hột sen hay nhưn đậu xanh tròn tròn, vuông vuông, mềm mềm, dẻo dẻo, qua tay Nội đều có màu trắng tinh hoặc trắng ngà, mùi thơm nức nở bay khắp làng khắp xóm. Mỗi năm tới Tết Trung Thu là Nội lui cui dưới bếp mần bánh dẻo cho cả nhà cùng ăn. Ngay cả ngày Ta ngày Tết, cái bánh dẻo của nội cũng nở nang, chễm chệ trên bàn thờ làm mờ đi truyền thống của cái bánh chưng vuông vức, cái bánh dày tròn trịa, bánh tét dài sọc, kể cả cái kẹo, cái mứt và trà Thiết Quan Âm. Tóm lại, cả nhà ai cũng thích ăn bánh dẻo hảo hạng của Nội. Riêng con Mót thuộc diện... *Út mót* nên được nhường phần nhiều hơn.

Gọi Út Mót vì nó là đứa con gái duy nhất trong gia đình, sau hàng chục năm trời sanh con đẻ cái, ba má tôi mới... "mót" được con Mót này. Chuyện là vầy:

Ông via bà via tôi sanh tất cả mười ba người con, gồm mười hai trai, một gái (nếu kể luôn bốn lần hư thai, vị chi 17). Thật ra, khi sanh ra đứa thứ chín, vẫn là con trai, má tôi coi bộ đuối nhưng ba tôi vẫn còn sung. Ông ra sức vỗ về, năn nỉ, ỉ ôi: "Mình ráng sanh cho tui một đứa con gái là xong". Xong tức là thôi, là ba tôi không thèm... dụ má tôi đẻ nữa. Ấy vậy mà đứa thứ mười vẫn là thằng cu. Tới đây thì má tôi rã rời lắm rồi. Bà hụt hơi đâm ra bực. Không đợi ba tôi được quyền đặt tên con cái như chín lần trước, má tôi tự ý gọi nó là thằng Út. Út là chót bẹt, là chấm hết, là tuyệt đối thôi, không thèm đẻ nữa.

Thời gian cứ thế lặng lẽ trôi đi, song cũng nhiều phen thời gian lại ồn ào, náo nhiệt trôi về. Tôi không hiểu, chỉ có ông trời mới hiểu thời gian "trôi đi, trôi về" kia đã âm thầm xúi ông via bà via tôi rù rì rục rịch, xục xà xục xịch tài tình ra làm sao lại tọt ra thêm thằng thứ mười một, gọi là thằng Út Thôi. Mà tưởng thôi là thôi được sao. Rột rà rột rẹt ông bà via lại tẹt ra thêm một thằng cu nữa, lần này họ tởn tên gọi nó là Út Nữa.

Tới mức này thì... hình như ông trời cũng tẻ trước sự kiên trì, sức dẻo dai, lòng quả cảm chịu đẻ của má tôi. Lúc đó ổng, tức ông trời mới lom khom hé mắt dòm xuống trần ai hóa phép cho con Út ra đời, ngo ngoe khóc cười ba tiếng cho ba má tôi vui. Con Út Mót ra đời theo kiểu "mót" như vậy đó.

Lần này thì cả làng trên lẫn xóm dưới mới nhẹ nhõm thở ra một cái phào. Té ra lâu nay, tuy không nói ra, nhưng bà con chòm xóm vẫn âm thầm theo dõi "cuộc đẻ" vô tiền khoán hậu của đại gia đình ba má tôi, không thua gì người vợ đảm đương của nhà thơ Trần Tế Xương "Vợ quen dạ đẻ cách năm đôi". Rồi ông trưởng làng cùng bà con hoan hỉ mang quà cáp tới góp vui, mừng đại gia đình chúng tôi "mót" được con Út Mót.

Mà hình như trời sanh con Út Mót ra để mang lại niềm vui cho cả nhà nên càng lớn nó càng dễ thương tuy có chút quê quit của dân miền núi. Lạ một cái là chẳng thấy nó... bệnh bao giờ; còn về đường ăn uống thì nó được liệt vào loại "đệ nhất hạm". Nhất là ba cái bánh dẻo Nội mần. Thấy nó thích ăn bánh dẻo, có lần Nội nói chung chung cho cả nhà nghe, đại khái bánh làm từ bột nếp tinh khiết, vừa mềm vừa dẻo vừa thơm, tượng trưng cho sự sống bền bỉ, dẻo dai của một gia đình sum họp, hạnh phúc, đoàn viên.

Thú thực, hồi đó nghe Nội nói tôi chẳng hiểu gì mấy. Tuy nhiên, cái ý gia đình sum họp thì tôi mang máng hiểu. Vì lâu nay quanh buổi cơm chiều, từ bà nội tới ba má, anh em tôi có ai vắng mặt lần nào đâu. Còn cái bánh ngọt lịm cắt nhỏ chui vào lỗ miệng vốn tham ăn của con Mót thơm lên tới tận óc thì tôi hiểu rõ ràng ràng. Tôi cũng hiểu rằng bánh dẻo nó có "phép lạ" dụ được con Mót chăm chỉ học hành mà nó vốn lười biếng chảy thây, chỉ thích đi chơi.

Mỗi lần thấy con Út Mót ngồi trước sân nhà có cây đa to, miệng nhai nhóm nhém miếng bánh dẻo thơm phức là lũ nít nhỏ hàng xóm đồng trang lứa cà rà kề rề bu lại hít hà. Xưa nay thấy con Út Mót hiền... như con gái nên tụi nó hay dụ khị nhe răng cắn miếng cho đã thèm. Có lần, một thằng nhóc ba trợn đã giựt bánh chạy còn xô con nhỏ té nhủi đầu giãy nảy khóc bù non bù nước. Tôi dỗ khan họng suốt cả buổi chiều nó mới chịu nín.

Trong nhà, con Út Mót biết tôi nâng niu, chiều chuộng nó, thường cõng nó đi chơi sau giờ tôi kèm nó học, nhất là hay nhường miếng bánh dẻo cho nó ăn nên suốt ngày nó chỉ biết nhõng nhẽo với tôi.

Rồi thời gian trôi đi, lạnh lùng xòe móng vuốt ra tướt bỏ những gì gọi là yên vui, đầm ấm, hạnh phúc của bàn dân thiên hạ. Luật đời cũng vậy, không để cho bất cứ gia đình hoàn hảo nào mà không có ngày chia cách.

Nội mất vì tuổi già. Ba mất vì tai nạn giao thông. Những lần tôi ở ngoài mặt trận về là những lần tôi như bị sét đánh ngang tai. Nhìn lên bàn thờ khói nhang nghi ngút tôi thấy anh Ba tôi, rồi thằng Năm, thằng Bảy, thằng Tám lần lượt vì nước hy sinh

Anh Hai làm tỉnh trưởng tỉnh Phú Bổn đèo heo hút gió, mấy khi về thăm nhà. Thằng Sáu, giảng viên đại học Nông Lâm Súc Sài Gòn, chẳng hề thấy mặt nó. Riêng thằng Chín và thằng Út Mười may mắn hơn, sống cùng vợ con ở nước ngoài. Ngôi nhà hạnh phúc ngày xưa đầy nắng và gió, chan hòa những tiếng cười nói ồn ào, vui sống, giờ như gió lọt nhà trống, chỉ còn má và con Út Mót hằng ngày buôn bán trong nhà lồng chợ, chiều mới về.

Tôi nhớ hoài ngày tôi xếp bút nghiêng theo việc kiếm cung, dĩa bánh dẻo của Nội tiễn tôi lên đường, ai cũng bịn rịn, con Út Mót thì khóc mướt. Những lần lao mình trong hòn tên mũi đạn làm gì có mùi bánh dẻo thơm điếc mũi ngoài mùi thuốc súng và mùi tử thi. Tội nghiệp những thằng bạn học thời thơ ấu lớn lên đi vào lính đều lần lượt ngã xuống, mấy miếng bánh dẻo tụi nó dụ tôi để được ăn hồi nhỏ cũng theo nhau... ngã xuống. Riêng tôi, hình như nhờ... bánh dẻo của Nội che chở, đỡ đạn cho tôi sống sót qua cuộc chiến cho tới ngày đất nước ngã xuống. Khi tôi xơ rơ xác rác vác thây về tới quê nhà, tôi bị liệt ngay vào phần tử "có nợ máu với nhân dân", bị bắt đi tù Cộng sản mút chỉ cà tha.

Ấy vậy mà suốt những năm đày ải, lần nào má tôi và con Mót cũng lặn lội đi thăm nuôi tôi, tay xách nách mang lủ khủ đồ ăn không thiếu món gì, kể cả mấy cái bánh dẻo con Mót mần. Má tôi, người phụ nữ miền Trung đôn hậu trông già yếu đến tội nghiệp. Còn con Út Mót, chồng chết sớm lại không con, vì đời đã nhuộm ít nhiều mưa nắng, phong sương.

Bây giờ ở tuổi về chiều, biết tôi thích ăn bánh dẻo, mùa Trung thu năm nào vợ tôi cũng lui cui mần bánh dẻo cho tôi ăn. Bánh dẻo của vợ tôi không khác gì cái bánh ngày xưa Nội mần truyền cho má, má truyền cho con Mót, toàn nhưn ngọt, ròng một màu trắng như là ngà và hệch hạc mỗi một cái tên "bánh dẻo", vậy thôi. Bà xã tôi gốc người miền Tây, cả đời chân chỉ hạt bột ra làm sao thì hình ảnh lũ bánh dẻo bả mần nó giản dị, mộc mạc ra làm vậy

Bánh dẻo ngày xưa hoàn toàn khác với ngày nay. Ngày nay nó biến hình biến dạng dưới nhiều chiêu thức và nhiều tên gọi: Bánh dẻo chay, bánh dẻo lạnh, bánh dẻo nhưn cốm, bánh dẻo nhưn thập cẩm, bánh dẻo trung thu, bánh dẻo vành khuyên, bánh dẻo kinh v.v..., thôi thì đủ màu đủ sắc, đủ kiểu đủ cách.

Tôi nay tuy đã già đầu, râu tóc mỗi ngày một bạc phau phau, nhưng trời thương không mắc phải bệnh chi nên tha hồ ăn dọng. Nhất là ba ngày Tết mấy cái bánh dẻo trắng trẻo, mềm mại, thơm tho nằm phơi bụng trên dĩa bằng sứ xúi tôi ăn chóp chép không ngừng. Dòm tôi ăn ngon miệng vợ cười nói "Ăn gì mà miệng không kịp kéo da non".

Sống đời còn gì sướng hơn ăn. Cứ tới Trung Thu, lại kéo thêm ba ngày Tết là vợ tôi mần bánh dẻo cho tôi ăn, tôi dọng, tôi tộng, tôi nuốt một hơi ba, bốn cái bánh dẻo ngon thấy mụ nội mà ớn cũng thấy mụ nội. Nhưng mà chính cái bánh mang tên dẻo nẹo dân dã kia lại thường có mặt trên bàn thờ gia tiên của vợ chồng tôi. Cái bàn thờ luôn luôn phả hương thơm theo làn khói ẩn hiện hình ảnh gần như phai mờ theo năm tháng của ông bà nội tôi, ba má tôi và mấy anh em tôi. Mỗi lần thắp nhang, tôi hay chăm chú nhìn những người thân yêu của tôi. Nhất là con Út Mót, tôi nhìn thật lâu vào cặp mắt nó, cặp mắt hí rị pha lẫn chút trầm tư của con Mót lúc nào nhìn xuống tôi, cũng thật buồn.

Anh Năm Cù Lao

*Ba phen quạ nói với diều
Cù lao ông Chưởng có nhiều cá tôm*

Đang nghĩ ngoáy viết về chuyến đi Rạch Giá non tháng trước, chợt anh Năm, cả năm không thấy mặt, lù lù... hiện về rủ tôi đi cù lao Hòa Hảo ăn Tết chơi, tôi nghe mà sướng rên.

Anh Năm là con nuôi của ngoại tôi. Hồi trào Tây, lúc một tuổi anh bị mẹ bỏ rơi ở Chợ Mới bên cù lao Hòa Hảo được ngoại thương tình nhận về nuôi. Tuy là con nuôi nhưng hồi nhỏ tụi tôi thường chơi chung nên tôi vẫn quen miệng gọi anh Năm bằng anh; còn ảnh xưng mầy tao với tôi.

Sau này anh Năm lập gia đình ở rể phụ giúp ông già vợ hành nghề thợ máy ở miệt Năng Gù là vùng đất thuộc huyện Châu Phú, tỉnh An Giang. Cận Tết năm nào anh chị cũng về Sài Gòn thăm ngoại, tay xách nách mang lủ khủ không chục xoài thì chục mận, không mận thì ổi, cam, măng cụt; có lần ảnh ôm về một bó ô môi tôi ăn tới tím miệng.

Thập niên 1970, đường Sài Gòn - Long Xuyên không mấy gì êm. Xe đò vô ý sụp lỗ thì thôi rồi, không bứt bù lon cũng đi đong con tán. Xế chiều xe vừa tới bến, thay vì chuyển xe cho kịp qua cù lao Hòa Hảo thì anh Năm rủ rê:

- Ghé vô Viện Đại học Hòa Hảo rủ thằng Út Rán nhậu chơi mậy.

Tôi ngạc nhiên, cự nự "Trường Đại học người ta ai vô đó mà nhậu, cha nội" thì ảnh vỗ vai tôi, cười hề hề:

- Xéo bên kia trường có quán nhậu của thằng Sáu Xị, réo thằng tùy phái (tức Út Rán) một tiếng là nó gật đầu cái rụp liền.

Sống chung nhà từ hồi nhỏ tôi chẳng lạ gì tính nết anh Năm. Làm thì làm chết bỏ mà chơi thì chơi tới bến. Anh kéo tay tôi, nói nhỏ:

- Rượu đế của thằng Sáu Xị Long Xuyên không thua gì đế Gò Đen, Bến Lức nghen mậy. Mình ghé mần một chầu cho đã cái đi. Sáng mai lội qua cù lao cũng được, hối chi!

Tôi không phải là dân sành rượu nên ngồi phá mồi, đưa hơi cho có, còn thì hai tay bợm rượu cưa tới bến, tối mịt mới mò về nhà Út Rán ngủ.

Hôm sau, trời trưa trờ trưa trật anh Năm mới lồm cồm bò dậy mượn xe gắn máy Goebel của Út Rán chở tôi chạy dọc theo đường Liên tỉnh lộ 10 về miệt Năng Gù cách Long Xuyên chừng 20 cây số. Từ xa xưa Năng Gù là vùng cát trắng có nhiều tre. Bước vào sức nóng của cát chúng tôi lần xuống bến phà Năng Gù vừa kịp lên ghe lớn chạy về hướng Tây trên sông Ông Chưởng dài 23km qua cù lao Hòa Hảo, tức cù lao Ông Chưởng.

Cù lao Ông Chưởng thuộc huyện Chợ Mới, tỉnh An Giang, được bao bọc bởi bốn mặt sông nước là sông Tiền, sông Hậu, sông Ông Chưởng và sông Vàm Nao. Được biết hồi đó vùng đất này được tiếng là vùng đất có nhiều tôm cá, nhứt là vào mùa nước lũ, tôm cá từ Biển Hồ Tonlé Sap bên Campuchia đổ về, tràn lên các cánh đồng ngập nước, đẻ trứng, sanh con, rồi khi nước rút lại men theo các kinh rạch trở về sông cả, bị người dân chặn lại, vớt lên nhiều đến nỗi cá tôm ăn không hết, phải làm nước mắm, thậm chí phải đổ thành từng đống để làm phân bón. Vì vậy mới có câu ca dao truyền tới nay:

> *"Ba phen quạ nói với diều*
> *Cù lao Ông Chưởng có nhiều cá tôm."*

Ông Chưởng tức Chưởng Cơ Nguyễn Hữu Cảnh là cháu đời thứ 9 của Nguyễn Công Duẩn (có công phò Lê Lợi trong cuộc khởi nghĩa Lam Sơn). Năm 1699 chúa Nguyễn Phúc Chu phái Nguyễn Hữu Cảnh vào bình định đất phương Nam, rồi đem quân kinh lược Chơn Lạp, đánh tan quân của Nặc Ông Thu, về đóng quân ở cồn Cây Sao ông bị nhiễm bệnh, khi kéo quân về Sầm Giang (Rạch Gầm), Mỹ Tho thì mất. Vì có công lao với đất nước nên từ năm 1700 người dân địa phương gọi cồn Cây Sao tức cù lao Sao Mộc là cù lao Ông Chưởng và tên sông rạch, đường xá, trường học cũng được gọi theo chức danh của ông. Ngày nay tại xã Kiến An, huyện Chợ Mới người dân có lập ngôi đền thờ Khâm Sai Chưởng Cơ Lễ Thành Hầu Nguyễn Hữu Cảnh.

Khi ghe cập bến đò Hòa Hảo thì trời chạng vạng tối.. Anh Năm thường qua lại sửa chữa máy móc thuyền đò Hòa Hảo gần như không công nên rất được lòng người dân ở đây. Không biết anh Năm có báo trước hay không mà vừa băng qua Cầu Gãy chúng tôi đã được huynh đệ Hòa hảo đón về tòa lâu đài màu trắng tinh khiết cạnh đình thờ Đức Huỳnh Giáo Chủ dùng bữa cơm chay đạm bạc và nghỉ qua đêm. Khi đi ngang qua đình thờ chợt nghe văng vẳng âm ba của tiếng niệm Phật khiến lòng tôi bồi hồi, xao xuyến.

Đức Thầy tục danh Huỳnh Phú Sổ sinh năm 1920 tại làng

Hòa Hảo, quận Tân Châu, tỉnh Châu Đốc. Phật Giáo Hòa Hảo do Đức Thầy Huỳnh Giáo Chủ sáng lập năm Kỷ Mão 1939 mang một hàm nghĩa là Đạo Phật ở làng Hòa Hảo (hiếu hòa và giao hảo). Ngài là một nhà tiên tri, thuyết pháp độ sanh và sáng tác thơ văn, kệ giảng, đem tinh thần Phật giáo vào đời tạo thành một phong trào tín ngưỡng mạnh mẽ lan rộng trong dân gian. Tư tưởng của Đức Huỳnh Giáo Chủ là tư tưởng Phật Giáo, là cây Bồ Đề tự nhận là kế tục của đạo Phật. Đức Huỳnh Giáo Chủ mất năm 1947.

Thời hạ ngươn thế đạo suy đồi, nhân tâm ly tán khiến tôi nhớ hoài một câu trong Sấm Giảng của Đức Huỳnh Giáo Chủ:

Thời kỳ nầy nhiều quỉ cùng ma
Trời mở cửa Quỉ Vương xuống thế.

Thánh địa Hòa Hảo với rất nhiều tín đồ Phật Giáo Hòa Hảo, hồi đó đất rộng người thưa, ruộng đồng ngút ngát là giang sơn của các loài bò sát. Cũng vì vậy mà suốt đêm nằm nghe hàng ngàn hàng vạn tiếng ếch nhái, ễnh ương thi nhau kêu vang động cả một cánh đồng khiến tôi không tài nào ngủ được.

Sáng hôm sau, anh Năm chở tôi chạy một vòng cù lao, vô Chợ Mới thăm hỏi bà con chòm xóm đang xôn xao, nao nức mua sắm Tết. Ở Chợ Mới tôi nhận thấy người dân địa phương theo đạo Phật giáo Hòa Hảo, nam hay nữ đều mặc bộ đồ bà ba trắng hoặc bộ áo dài đen hay áo dà nâu non là màu tượng trưng cho bản tánh giản dị, khiêm nhường, tinh thần nhân ái của Hòa Hảo. Giữa chợ tôi cũng thấy vài tín đồ Cao Đài trong bộ đồ bà ba trắng là màu trong sạch về phẩm chất của con người. Nhìn quanh tôi có cảm tưởng như cù lao Ông Chưởng mang màu sắc tôn giáo quanh năm.

Buổi chiều đứng ở ngã ba sông Vàm Nao nhìn hoàng hôn đỏ ối lấp loáng trên mặt nước tôi cảm thấy cù lao Ông Chưởng thật bình yên.

Anh Năm mất đã nhiều năm. Anh sinh ra ở đất cù lao, lúc mất anh cũng được vợ con chôn cất trên đất cù lao. Tính đến nay tôi cũng xa cù lao Ông Chưởng ngót năm mươi ba năm ròng.

Con Gái Của Sói Già

- Già Sói! Dậy già. Dậy. Có người tìm ông thầy kìa.

Lay mấy Lê Sói vẫn ngủ say như chết, Tư Mâu lắc đầu trở ra phòng khách nói như phân trần với cô gái đến xin gặp ông Sói:

- Ông Hậu ^(*) hôm nay không khỏe, ngủ rồi cô. Phiền cô để lại tên và số điện thoại, tôi...

Cô gái ý tứ đứng dậy, nói nhỏ:

- Dạ, không sao. Cám ơn chú. Nhờ chú nói lại với bác Hậu ý định lúc nảy cháu thưa với chú. Chiều mai cháu sẽ trở lại. Dạ, chào chú.

Cô gái đi rồi, Tư Mâu vẫn đứng ì ra đó. Sống và chiến đấu nhiều năm ngoài mặt trận, ngay cả ở hậu cứ, Tư Mâu chẳng bao giờ thấy thiếu tá Sói dính dáng gì tới bồ bịch hay vợ con. Lúc nào ông cũng một mình. Vậy mà sau ba bốn chục năm dâu bể khơi khơi ở đâu ra một cô tiểu thơ đài các xinh đẹp dường này? Chờ già Sói thức dậy Tư Mâu mới thuật lại sự tình khiến già Sói lấy làm ngạc nhiên.

Chiều hôm sau già Sói chờ hoài không thấy cô gái tới. Hôm sau, hôm sau nữa, thêm ba bốn ngày cũng không thấy tăm hơi khiến cả Tư Mâu cũng phải sốt ruột.

Chuẩn úy Lý Tư Mâu từng là thuộc cấp của thiếu tá Lê Sói chiến đấu trên các mặt trận miền Trung. Đời chiến binh vào sinh ra tử, súng đạn tuy không có mắt song cả hai thầy trò đều không chết, cho tới một ngày. Chiến dịch xuân hè tháng 3-1975, trong trận đánh tại cầu An Lỗ trên quốc lộ 1 ở phía bắc Huế, hai ông được coi là mất tích. Bốn năm sau, sau ngày Sài

Gòn sụp đổ, Tư Mâu lù lù trở về từ trại "cải tạo" ngoài Việt Bắc trước thiếu tá Sói bốn năm. Quê thiếu tá Sói ở Vỹ Dạ, bên kia Đập Đá là nhà của Tư Mâu.

Sau tám năm đi tù về, vừa đặt chân trở lại quê nhà, cảm giác kỳ lạ là lâu rồi ông Sói mới được hít thở không khí tự do. Ngót mười lăm năm lao mình trong hòn tên mũi đạn thêm tám năm tù đày ông không bao giờ ngờ mình còn có ngày sống sót trở về.

Ngồi tựa cửa ngó ra hàng cau xanh mướt, ông Sói trầm ngâm ôn lại một thời đã qua. Thời thơ ấu, trường học, bạn bè, thầy cô... bỗng trở nên xa xôi quá, mơ hồ như không còn có thật. Mãi năm 1960, ông mới thực sự bước vào đời. Tốt nghiệp trường Bộ Binh Trừ Bị Thủ Đức, sau một tuần về trình diện Quân Đoàn I, chuẩn úy Lê Sói lên đường ra mặt trận chiến đấu cho tới ngày bị bắt tại An Lỗ.

Mười lăm năm binh nghiệp, tám năm tù đày thêm sáu tháng bị "quản chế" tại địa phương, lao đao trong thời bao cấp, ông Sói từ tay trắng đến trắng tay. Cha mẹ không còn, ngoài người chị tu tại gia. Nhìn nắng chiều uể oải bám trên những hàng cau đứng gió ông thở dài ngao ngán.

Thời gian cứ thế lặng lẽ lướt qua như bèo giạt mây trôi. Mây trôi đời Lê Sói từ thôn Vỹ giạt xuống tận cùng đất mũi Cà Mau sống đời "hạ bạc", không bao lâu lại giạt lên Sài Gòn theo vợ chồng Tư Mâu làm lại cuộc đời. Ngày xưa, ngót sáu mươi năm trước thiếu tá Lê Sói là sếp của chuẩn úy Mâu. Ngày nay đổi đời, Tư Mâu lại là thầy của già Sói lụi hụi học nghề mánh mung ve chai. Từ đó, hai thầy trò, ngày đi cân ve chai, tối về vợ chồng Tư Mâu lui cui sổ sách thì già Sói tẩn mẩn... làm thơ. Ngày ve chai, tối bút nghiên, già Sói như bị... trời hành. Hết viết văn, làm thơ, soạn nhạc, vẽ vời lại sanh chuyện võ nghệ. Thỉnh thoảng, ngoài tiền nhuận bút ba đồng ba cọc, dạy võ cho các cậu ấm cô chiêu con nhà giàu già Sói cũng thêm được đồng ra đồng vào. Có lẽ vì vậy tên tuổi Phan Hậu của ông trên báo chí cũng như trên các trang mạng giúp cô gái dễ bề tìm ra ông.

Bây giờ ngồi trước mặt Lê Sói là cô gái tuần trước đã tới đây xin gặp ông nhưng không gặp. Cô ấy náy xin lỗi nói lần đầu tiên ở Pháp về không quen khí hậu, giờ giấc lại thay đổi nên cô bị sậc sừ cả tuần lễ. Dịu dàng, đôn hậu, thêm chút rụt rè qua giọng Huế lơ lớ cô nhỏ nhẹ xưng con, mở đầu buổi gặp gỡ tự nhiên và thân tình. Cô nói cô tên Ngọc Nhãn, sinh ra và lớn lên ở Pháp. Bác biết không, hồi nhỏ tới giờ nhà chỉ có hai mẹ con, mẹ luôn nói chuyện với con bằng tiếng Việt, ru con ngủ bằng những câu ca Huế ngọt ngào, dễ thương lắm bác.

Mở đầu câu chuyện thân tình của cô gái lạ mặt khiến già Sói cảm thấy tò mò và thích thú.

Bác biết không, lên trung học mẹ khuyến khích con theo học một "cua" (course) ngôn ngữ và văn hóa Việt Nam tại Viện Việt Pháp. Kết quả con đậu hạng ưu đó bác, cô cười. Rồi sau khi tốt nghiệp khoa Báo chí Đại học Sorbornne, Paris con được báo Le Monde thu nhận. Nhân tờ nhật báo này muốn thực hiện một số đặc biệt về văn hóa xã hội các nước Đông Dương nên họ phái con về Việt Nam làm phóng sự. Người đầu tiên con muốn gặp là bác đó bác.

Ông Sói mỉm cười gật đầu, ôn tồn nói: "Tôi có nghe chú Mâu nói lại ý định của cháu, tôi ngạc nhiên lắm, không biết làm sao cháu biết tôi. Tuy nhiên, nếu giúp được cho cháu bất cứ việc gì trong khả năng tôi rất sẵn lòng."

Vừa nói ông Sói vừa chìa tay ra. Cái bắt tay siết chặt của ông khiến cô gái nở nụ cười thật duyên dáng và tự tin hơn. Ngay từ lần đầu tiên gặp cô, già Sói đã cảm thấy có một cái gì thật gần gũi, thân tình, một cái gì như sợi dây vô hình kéo ông lại gần cô. Nhìn vẻ chững chạc, trầm tĩnh và tự nhiên của cô gái, nhất là với dáng vẻ thanh lịch trong chiếc áo đầm màu hoàng kim, trông cô thật dịu dàng, khả ái. Đặc biệt, trên gương mặt thanh tú điểm một đôi mắt đen tuyền, to, dài và thông minh, nhưng dù kín đáo giấu sau cặp kính cận gọng bạch kim đôi mắt ấy thỉnh thoảng vẫn ánh lên nỗi buồn vời vợi.

Tò mò đâm ra thích thú trước cô gái lịch lãm, già Sói bình thản nhìn cô bằng ánh mắt dịu dàng, ấm áp, kiên nhẫn ngồi nghe cô lan man kể lể chuyện đời lung khởi như mây khói. Cô cười thật hồn nhiên nói về mình cũng là một cách "làm phóng sự", như cô cho biết. Dạ, một công hai việc, tiện thể mẹ con nhờ con về truy lùng tung tích bác luôn.

Nghe câu nói "truy lùng tung tích" thật tự nhiên của cô gái làm già Sói phải bật cười. Đây là lần đầu tiên trong đời già Sói đối diện với một cô gái xinh đẹp, vừa dịu dàng vừa dí dỏm, luôn bọc lộ phong cách độc đáo của mình khiến ông cảm thấy thú vị khi chuyện trò. Lúc này già Sói mới từ tốn, lịch sự lên tiếng hỏi thăm về mẹ cô? Cô nói: Dạ, mẹ con tên Ngọc Thủy, cũng luống tuổi rồi bác. Nhà không có đàn ông, lui cui chỉ có hai mẹ con. Khi con vừa đủ tuổi lớn khôn mẹ mới thủ thỉ cho con biết ba con ở Việt Nam. Mẹ nói thời buổi chiến tranh ba mẹ ít có cơ hội gặp nhau. Lần cuối cùng mẹ tiễn ba con ở ngã ba Sình không bao lâu thì được tin ba mất tích trong một trận đánh ở Huế. Nghe tới đây ông Sói ngờ ngợ tới trường hợp của mình song ông nghĩ trong thời chiến nhiều chuyện trùng hợp vẫn thường hay xảy ra.

Mẹ hơ hải chạy vô đơn vị của ba con hỏi thăm vẫn không có tin tức gì cho đến khi Sài Gòn thất thủ mẹ mới quyết định tìm đường vượt biên. Ở trại tỵ nạn được ba tháng qua tới Pháp mẹ đi khám bác sĩ mới biết mẹ... có bầu với ba con. Từ đó mẹ liên tục biên thư về Vỹ Dạ hy vọng người nhà của ba con trả lời nhưng thư đi mà không có thư về. Mãi cho tới sau này tên tuổi của ba con đột nhiên xuất hiện trên báo chí cũng như trên các trang mạng, mẹ mới biết ba con còn sống.

Bác biết không, khi hai người "nối lại nhịp cầu" mẹ vẫn không nói gì về con với ba con. Đúng lúc con về Việt Nam làm phóng sự mẹ mới nói con về lần này ráng tìm gặp bác Sói thì sẽ gặp được ba con.

Tuy là một người trải đời nhưng càng nghe cô gái nhỏ nhẹ tâm tình già Sói càng bồn chồn khôn tả. Từ ngày liên lạc lại được với Ngọc Thủy già Sói mới biết Thủy ở nước ngoài đã có gia đình nhưng không nói gì về mặt con cái. Nay qua tự sự của cô gái ông mới biết Ngọc Nhãn là con của Thủy. Già Sói khẽ thở dài mơ màng nhớ lại thời ở ngã ba Sình, quê của Ngọc Thủy, nơi gặp gỡ giữa hai dòng sông: *"Đò từ Đông Ba, đò qua Vỹ Dạ. Đò từ Vỹ Dạ thẳng ngã ba Sình"...*

Đang lan man nhớ về thuở xa xưa, già Sói bỗng chết điếng trong lòng khi nghe cô gái hồn nhiên cười nói: *"Dạ, ba con trùng tên với bác, cũng nghệ sĩ như bác đó bác. Bút hiệu của ba con là Phan Hậu"*

⁽*⁾ Phan Hậu là bút hiệu của ông Lê Sói.

On Ơi On Sà Lanh Bon Tê

Hồi nhỏ có lần vào dịp lễ Ok Om Bok nội dắt tôi đi Sóc Trăng coi lễ hội truyền thống đua ghe Ngo của người Khmer trên sông Nhu Gia ở xã Thạnh Phú. Lớn lên, anh bạn Thạch Sum quê Cù Lao Dung (Sóc Trăng) đưa tôi tới Chùa Dơi coi đàn dơi khổng lồ đeo tòn ten trên cây sao, cây dầu xong xuống kinh Chà Và lội về bến cá Bãi Xàu uống rượu nếp Bãi Xàu say tít cung thang. Tôi còn nhớ buổi nhậu trong một quán lá đơn sơ, lần đầu tiên tôi nghe câu nói lạ tai: "*On ơi on! Sà lanh bon tê?*", "*Sóc Sờ Bai, bòn, tâu na bòn, tâu na bòn ơi*"

Ngót nửa thế kỷ sau ở quê người tôi lẩn thẩn ngồi nhớ Sóc Trăng.

Sóc Trăng tên cũ là Ba Xuyên, là một tỉnh ven biển, nằm trong vùng hạ lưu phía Nam sông Hậu. Sóc Trăng do từ Srok Kh'leang phiên âm tiếng Việt là Sốc-Kha-Lang, gọi tắt là Sóc Trăng. Sóc Trăng được mệnh danh là xứ kho bạc, xứ sở chùa vàng, quê hương của bánh Pía.

Ở Sóc Trăng trong vòng bốn năm ngày, tôi theo anh bạn Thạch Sum vốn ưa thích hoạt động ngoài trời, lượn qua những khu chợ cũ, qua các công trình hành chánh kiến trúc kiểu Pháp, qua nhà máy xay lúa dọc theo kinh xáng Xà No, qua khu bungalow ven sông, qua cầu Phú Lộc, qua nhà thờ Sóc Trăng (xây dựng 1888, giảng đạo bằng tiếng Khmer)… Đi qua những địa danh lịch sử này tôi đều không thích cho bằng buổi thăm viếng một số chùa Miên.

Nói tới Sóc Trăng là nói tới những người bạn bản xứ Khmer giản dị, hiền lành, sinh sống đông nhất tại các tỉnh đồng bằng sông Cửu Long. Họ xem chùa chiền là nơi thiêng liêng, thờ phượng, nơi tập trung những tinh hoa về văn hóa, nghệ thuật của dân tộc.

Chùa Khmer có kiến trúc độc đáo dựa trên tinh thần văn hóa Phật giáo Tiểu thừa, như chùa Prêk On Pu (Tầm Vu) xây dựng từ năm 1664, chùa Botum Vongsa Som Rong từ năm 1785, chùa Kh'leang có tuổi thọ 500 năm, chùa Bốn Mặt, ngôi cổ tự 500 năm, chùa Wath Sro Loun (chùa Chén Kiểu) xây dựng từ 1815, chùa Kos Tung xây dựng hơn một thế kỷ trước... Nhưng với tôi, ngôi chùa ở Sóc Trăng thu hút nhiều khách thập phương nhất vẫn là chùa Mahatup tức Chùa Dơi.

Chùa Dơi còn gọi là chùa Mã Tộc, là ngôi chùa duy nhất thờ Phật Thích Ca của cộng đồng dân tộc Khmer sinh sống trên địa bàn tỉnh. Chùa được khởi công xây dựng vào từ năm 1569, cách nay 454 năm. Gọi là Chùa Dơi vì khuôn viên chùa là nơi sinh sống của hàng ngàn con dơi. Ban ngày dơi treo lủng lẳng trên cành cây sao, cây dầu. Buổi chiều chúng bay đi xa để kiếm ăn mờ sáng hôm sau mới quay về. Dơi trong chùa thuộc loại dơi ngựa to lớn, trọng lượng từ 1kg tới 1.5kg, cánh sải rộng khoảng 1.5m, lông màu vàng đen. Các sư sãi trong chùa cho rằng hiện tượng dơi về chùa là phúc lành nhà Phật nên cần bảo vệ chúng. Đáng tiếc nghe nói ngày nay Chùa Dơi không còn bóng dáng một con dơi nào.

Chùa Việt Nam vốn cổ kính, trầm mặc, khác với chùa của người Khmer kiến trúc nổi bật mang màu sắc sặc sỡ. Những hoa văn, họa tiết trang trí ở đây đều mang đặc trưng kiến trúc

Khmer với nhiều tháp nhỏ trên mái chùa, phía đầu hồi chạm trổ hình rắn Naga uốn lượn. Bên ngoài chánh điện có các bức phù điêu sặc sỡ được trang trí trên các bức tường, các cột kèo khắc nổi những hình tượng tiên nữ Kâyno xinh đẹp, đầu thần Bayon bốn mặt, chim thần Krud, khỉ Hanuman, chằn tinh Yeak hung dữ... Chùa của người Khmer thường vang vọng những âm thanh từ bộ nhạc ngũ âm truyền thống.

Ngoài ra, người Khmer còn có các lễ hội cổ truyền, như Chôl Chnăm Thmây (lễ mừng năm mới), Sene Dolta (lễ cúng ông bà), lễ Ok Om Bok (lễ cúng trăng), lễ Lôi Protip (lễ thả đèn nước), lễ Kathina (lễ dâng y), hát múa Rô Băm (hát rằm), múa rom vong (múa lâm thôn), múa apsara... Đặc biệt là kho tàng nhạc khí dân tộc mang đặc trưng văn hóa của người Khmer, trong đó nghệ thuật có từ lâu đời là Chầm riêng chà pây (chầm riêng nghĩa là hát, chà pây tức là cây đàn chà pây), một loại hình nghệ thuật độc xướng với đàn chà pây đệm theo.

Xa Sóc Trăng ngót 54 năm ròng tôi vẫn còn nhớ cái tên Khánh Hưng gợi nhớ một đô thị Sóc Trăng phồn hoa xưa ở vùng đất nông thôn còn khá quê mùa. Đặc biệt đặc sản Sóc Trăng thời xa xưa đó luôn là mức lôi cuốn khách thập phương đến với mảnh đất miền Nam hiền hòa này, như bưởi năm roi, vú sữa tím, cá bống sao, bún nước lèo, bún vịt nấu tiêu, bún gỏi dà, hủ tiếu cà ri, cháo cá lóc rau đắng, bò nướng ngói, bánh xèo, bánh phồng tôm, bánh tráng sữa, bánh pía, bánh ống...

Miền Nam là vựa trái cây lớn nhất nước nên các loại rượu đều được cất từ cây ăn trái có hương vị độc đáo miền quê sông nước, như rượu dừa, rượu mận, rượu bưởi, rượu gạo, nổi tiếng nhất vẫn là rượu nếp Bãi Xàu.

Cuối thập niên 1960, dọc theo bến cá Bãi Xàu nằm cặp chợ Mỹ Xuyên có một quán lá của chị Bảy Sophea bán rượu nếp ngon nhất bến. Thạch Sum là khách quen mặt không nói làm gì, riêng tôi vừa bước vào quán đã cảm thấy vui lây với sự tiếp đón nồng nhiệt, mến khách của chị chủ quán. Hào hứng nhất là mỗi lần chị Bảy Sophea bưng rượu tới bàn cho khách, nụ cười tươi tắn luôn nở trên môi đi đôi với câu nói vừa lạ vừa vui tai lại thân tình của chị ai nghe cũng thích: *'On ơi on! Sà lanh bon tê?'*. Hỏi ra tôi mới biết đây là câu tỏ tình vừa bạo gan lại vừa hồn nhiên của đôi trai gái Khmer: *'Anh ơi anh! Có yêu em không?'* hoặc ngược lại.

Khi chị Sophea tiễn chúng tôi lảo đảo ra về, chị lại vui vẻ nói như hát: (*) *"Sóc Sờ Bai, bòn, tâu na bòn, tâu na bòn ơi"* có nghĩa là mời gọi mọi người đến nơi đây. Ngôn ngữ Khmer thật tuyệt vời.

Thạch Sum đã mất năm ngoái đúng vào dịp lễ dâng y Kathina rằm tháng 9 âm lịch ở Cù Lao Dung. Nhớ bạn tôi lại thả hồn vào những kỷ niệm một thời cùng bạn lang thang trên đất Sóc Trăng.

Ai về thẳng tới Năm Căn
Ghé ăn bánh hỏi Sóc Trăng, Bãi Xàu.

Đất Sóc Trăng quê mùa nước mặn
Tôi ra Vàm Tấn chở nước về xài
Về nhà sau trước không ai
Hỏi ra em đã theo trai mất rồi.

Ngó lên trời mưa sa lác đác
Ngó xuống đất hạt cát nằm nghiêng
Rượu Ba Xuyên rót đãi người hiền
Trước là đãi bạn, sau giải phiền cho anh.

Đập Vỡ Cây Đàn

Như thường lệ, chuyến tàu Vĩnh Phước chở hành khách chạy từ Rạch Sỏi về miệt thứ vừa rời bến trưa nay. Mỗi lần tàu xịt khói chuẩn bị rời bến là lũ trẻ con trên bờ vừa chạy vừa la: "Tàu chạy! Tàu chạy!". Những cơn gió tháng Sáu mang hơi mát thổi vào boong tàu, thổi tung mái tóc cô Ba ngồi phía trên mui.

Cô Ba là con thứ hai của ông bà Chín Hiến, gồm sáu người con. Ông Chín Hiến, người Triều Châu, là một thương gia giàu có nức tiếng ở chợ Thứ Ba. Ngoài lẫm lúa, quanh năm chứa đầy kho, bao gạo chỉ xanh trăm ký chất từ nền xi-măng lên tới trần nhà, ông còn làm chủ ba chiếc ghe chài, một dẫy nhà lầu ba căn đồ sộ.

Năm 1948 ông Chín Hiến lập gia đình với một phụ nữ Việt (người Tiều gọi là "An-nàm-nán"). Thím Mười, vợ ông Chín Hiến, tánh tình hiền lành, chất phác, suốt ngày chăm chút mảnh vườn, thửa ruộng, tần tảo nuôi con. Trong sáu người con, ba trai, ba gái, ngoài tùa hia Cuôn là anh hai, cô Ba là trưởng nữ trong gia đình. Cô tên Khả Khiêm, nhưng người làm trong nhà vốn quí mến cô, thường thân mật gọi cô là cô Ba.

Cô Ba có nước da đen giòn của người miền biển, mái tóc mượt mà rẽ ngôi, thả dài ngang lưng, miệng lúc nào cũng cười tươi tắn. Cô Ba giống mẹ, có tài quán xuyến từ trong ra ngoài. Hồi nhỏ cổ đã có năng khiếu về nữ công gia chánh. Từ thêu thùa, may vá đến nấu nướng đều giỏi giang. Tổ chức tiệc tùng hay đám cưới đám hỏi nào mà thấy cô lăng xăng trong bếp là ai nấy thảy đều an tâm. Nhớ trước cái Tết năm nào, nhà trường ra thông cáo về chương trình ủy lạo "Cây Mùa Xuân Chiến Sĩ" nhằm nâng cao tinh thần các anh chiến sĩ ngày đêm xông pha ngoài mặt trận, đã khuyến khích các cô nữ sinh gia công thêu những chiếc khăn tay, khăn quàng cổ, đan áo len làm quà tặng gởi ra chiến trường. Cái khăn "mùi-xoa" trắng, mịn màn, thơm phức, viền có ren chạy chỉ xanh chỉ đỏ tỉ mỉ, chính giữa thêu nổi một cành mai vàng rực rỡ khéo ơi là khéo được nhà trường chấm giải nhất; lúc xướng tên mới biết là của cô Ba (chớ còn ai).

Vẻ dịu dàng của một cô gái quê miền biển Rạch Giá như cô Ba trông giống hệt như một nhánh bông trang đỏ dưới nắng mai. Mới có mười tám, hai mươi mà nhiều gia đình đánh tiếng tới xin dạm ngỏ đều bị thím Mười, má cô Ba từ chối thẳng mặt. Hàng tháng vào những ngày cuối tuần, một mình cô cắp nón lá xuống tàu ra chợ Rạch Giá bổ thêm hàng hóa, thực phẩm về bán lại. Cô Ba có khiếu buôn bán mát tay, tánh nết lại cởi mở, nhiệt tình và đôn hậu, nên hàng của cô từ gạo, muối, nước mắm đến quần áo lúc nào cũng bán chạy như tôm tươi.

Biến cố tháng Tư 1975, cùng số phận với những nhà tư sản ở Thứ Ba, tất cả cơ ngơi của ông Chín Hiến đều bị Việt Cộng tịch thu. Căn nhà lầu ba căn biến thành trụ sở Phường Đội và chỗ ở của cán bộ Cộng Sản ngoài Bắc vô. Riêng kho lúa, Việt Cộng phải mang xe Molotova tới chở suốt gần hai tháng trời mới vét sạch kho. Dân Thứ Ba đứng dòm mà tiết đứt ruột. Của người ta đổ mồ hôi sôi nước mắt mần ra lâu nay mà tụi nó ngang nhiên vô ăn cướp ăn bốc bà con coi có tức hông. Thiệt tình.

Từ đó gia đình ông Chín Hiến âm thầm dời về Bờ Xáng, Thứ Hai sống qua ngày.

Từ ngày dời về Thứ Hai, cô Ba phải nghỉ học, ngày ngày dãi dầu ngoài nhà lồng chợ, hàng tháng cô vẫn lui tới giữa Rạch Giá và Thứ Ba mua thêm hàng hóa về buôn bán phụ giúp gia đình.

Từ lúc tàu rời bến chạy được nửa đường, đám thanh niên trạc tuổi cô Ba, ở cùng xóm, trước kia học cùng trường, ngồi chung băng ghế với cô cứ cười đùa, giỡn hớt như tinh. Thỉnh thoảng đi chợ về chung tàu với tụi nó cô Ba thấy vui vui trong bụng. Hồi trưa này, lúc lui cui leo lên mui tàu tìm chỗ ngồi, đã nghe:

- A! chế Khiếm! (giọng thằng Lục Lăng)

- Ủa? Cô Ba đi bổ hàng dìa đó hén. (giọng thằng Tèo, con bà Hai Nhọn)

- Chế khoẻ hôn? (giọng nhỏ nhẹ của con Hón chớ ai)

Cô Ba nhìn quanh thấy có cả đám thằng Xú Liếng, thằng Khều Ngón (tại nó có 11 ngón), chị Út Thôi, thằng Bụng, chị em con Cà Sịng, Cà Em... Cô Ba ngạc nhiên hỏi mới biết tụi nó vừa đi lao động Phường về.

Huyên thiên một hồi, chợt từng dưới có tiếng thùng đàn lụp cụp va chạm liên hồi kỳ trận vào lườn tàu. Cô Ba có vẻ ngạc nhiên ngoái cổ nhìn thằng Kẹ ngồi ở cuối băng có ý dò hỏi.

Thằng Kẹ hiểu ý vội thòng đầu xuống dòm thì thấy một người đàn ông khoảng 30 tuổi, cụt cả hai chân gần tới háng, đang ngồi nghiêng ngả ở đầu mũi tàu, cố ôm cây đàn cũ rích như muốn vuột khỏi tay. Thì ra là anh thương phế binh quá giang về miệt thứ kiếm cơm qua ngày. Ai chớ tụi thằng Lục Lăng dòm một cái biết ngay là "tàn dư" của chế độ cũ. Tội nghiệp, không biết ai đã nghĩ ra cách cột anh ta ngồi dính chặt trên một cái võ bánh xe lam cắt mỏng để mỗi lần di chuyển thân thể anh không bị chạm xuống mặt đường làm rách thịt da.

Vốn ma lanh nhưng rất tốt bụng, thằng Lục Lăng chỏ mỏ xuống la: "Anh ơi! Hát một bài nghe đi anh!". "Phải phải. Hát nghe chơi, anh", thằng Thắm hùa theo. Vậy là cả đám trên mui chồm xuống nhao nhao ờ hát đi anh, hát có thưởng nè.

Gương mặt đen đúa, khắc khổ, đầy vẻ chịu đựng phong sương của anh thương phế binh bỗng giãn ra. Anh ngước lên mui với ánh mắt biết ơn rồi cúi xuống nhỏ nhẹ cảm tạ bà con cô bác ngồi chung từng với anh cũng "đồng thanh tương ứng". Tay so dây đàn dạo vài trường canh, miệng tằng hắng mấy cái anh bắt đầu cất tiếng hát. Anh hát một hơi ba bản. Cứ dứt một bài là bà con vỗ tay la "bis, bis", yêu cầu hát tiếp.

- Tiếp theo là bài "Con Đường Tình Ta Đi" đi anh.

Lập tức bà chị sồn sồn ngồi băng ghế đối diện phản đối ngay:

- Bậy nà! Người ta làm gì có... chưn mà đòi *con đường tình ta đi với ta đứng*. Ông anh mần một bổn "Một Chăm Phần Chăm" nghe nghen!

Chỗ kia: "Bà chị mới là tầm bậy đa! Hổng hạp không khí..."

Cứ vậy cả tàu ồn như ong vỡ tổ. Chợt ở cuối đít tàu, sau cánh cửa, chỗ nghỉ lưng cho khách có tiếng trẻ con khóc nhè nhẹ, rồi tiếng người đàn bà dỗ con (chắc là má thằng nhỏ) cùng lúc có tiếng chửi thề (giọng Bắc) văng ra.

Mặc kệ. Buổi văn nghệ bỏ túi "khi không mà có" đang ra chiều sôi nổi mà. Cứ vậy anh càng ca, thằng nhỏ càng khóc nhè đến nỗi "tiếng chửi thề giọng Bắc" lúc nầy mở xịch cánh cửa ló cổ ra nạt: "Yêu cầu anh kia ngưng hát để con tôi ngủ!". Té ra là một tên Công an áo vàng. Nhưng bà con cô bác trên tàu đang hứng đâu có chịu thôi. Nhất là đám thanh niên ngồi trên mui chĩa mỏ xuống ồn ào phản đối đòi anh thương phế binh cứ hát tụi tui trả tiền.

Bị kẹt giữa "hai lằn đạn" khiến cho cái thân thể không còn toàn vẹn đến tội nghiệp kia trở nên gượng gịu, khó xử đâm ra sượng trân. Đã vậy làm gì có bản nhạc nào vui đâu mà bà con yêu cầu "ca lên cho dzui". Rốt cuộc bản nào cất lên cũng buồn thê thiết làm cái giọng lê thê như muốn kéo cuộc đời bất hạnh của anh cứ dài ra, dài ra, bay theo gió, và bị tại... không có chân nên anh đành để cho nó rơi xuống nước, chìm lĩm.

Rồi tới bài "Đập Vỡ Cây Đàn" anh gân cổ hát: "*Đập vỡ cây đàn. Giận người đập vỡ cây đàn. Người ơi người ơi. Tình ơi tình ơi. Đập vỡ cây đàn. Giận đời bạc trắng như vôi, Giận người điên đảo quên lời...*"

Nhưng qua phiên khúc hai: "*Đập vỡ cây đàn. Giận người con gái yêu nàng. Buồn ơi buồn ơi. Làm sao để nguôi*", tới câu *giận đời trở như bàn tay...* là sanh chuyện.

Tiếng khóc nhề nhệ của thằng nhỏ, má nó dỗ cách nào cũng hổng chịu nín khiến tên Công an nổi điên gầm lên tung cửa phóng ra nhào tới chụp cây đàn quát tháo vào mặt anh thương phế binh:

- Im! Im ngay! Mầy có im ngay không thì bảo! Mầy mà rống lên một tiếng nữa là tao đập vỡ cây đàn của mầy ra ngay!

Đất nước mà cai trị bằng bạo lực kiểu này thì rõ ràng là điềm báo một tương lai không xáng lạn rồi; dân ngu vẫn ngu, nghèo vẫn hoàn nghèo.

Đúng lúc tàu vừa cặp bến Thứ Ba là tên Công an nhảy lên bờ kêu đồng bọn đang xớ rớ gần đó xuống tàu bắt anh thương phế binh và cây đàn đem đi nhốt. Đúng là bọn tiểu nhơn thất đức, bà con đứng bó tay nhìn theo ơi ới nói vậy.

Phần thêm:

Sau này nghe nói ngay tối hôm đó, tụi thằng Lục Lăng, thằng Tèo, thằng Lém, với con Hón đâu có chịu để anh thương phế binh bị nhốt oan mạng vậy; cả bốn đứa bàn kỹ kế hoạch đâu đó xong mới mò tới trụ sở Công an làm bộ dụ anh cảnh vệ qua quán bà Tư Thìa bên kia đường nhậu vài xị cho vui. (Năm 1977 Ban Quân Quản nhất thời chưa kịp ổn định. Cái gọi là trụ sở Công an thiệt ra chỉ là nhà của dân bị tịch thu làm trụ sở tạm thời mà thôi. Thành ra việc bắt bớ với canh gác còn lỏng lẻo lắm).

Thằng Lục Lăng ra vẻ sành điệu chìa điếu thuốc Tam Đảo cho anh cảnh vệ, chăm lửa nói:

- Nè anh! Mấy ông Công an hồi chiều bắt nhốt cha nội này đang nhậu nhẹt ì xèo dưới quán chệt Ky kìa. Mấy ổng bắt anh ở lại một mình canh chừng thằng cha cụt giò, tức chết! Nè, tụi mầy dắt ảnh qua bển nhậu trước đi. Để tao ở lại canh chừng cho. Mà thằng cha thương phế binh cụt cha nó hai giò lấy chưn đâu mà trốn. Hì hì! Lo gì. Qua bển nhậu cho đã đi anh, thằng Lục Lăng nhiệt tình kéo anh cảnh vệ đứng dậy khẽ đẩy đi. Chỉ chờ có vậy, thằng Lục Lăng làm bộ đứng trước cửa trụ sở Ủy ban canh chừng không tới 2 phút là nó vọt vô nhà hì hục khiêng anh thương phế binh ra cửa sau xuống đò có con Hón cầm chèo chờ sẵn, nhắm hướng Tắc Cậu dông mất tiêu.

Rồi chuyện gia đình ông bà Chín Hiến nghe phông phanh đâu đầu thập niên 80 đã âm thầm vượt biên an toàn tới bến bờ tự do. Không như hầu hết những gia đình khác, cha mẹ ở một nơi, con cái sống một nẻo, nghe nói ngày nay hai ông bà và con cái họ cùng sống chung một thành phố nào đó bên cái xứ Gia Nã Đại giàu mạnh mà lạnh tét xì dầu. Ối! Cái xứ gì mà nghe nói mùa đông đứng ngoài đường đái chưa xong nước đái đã đông thành tuyết uốn cong vòng thấy ngộ hết sức nghen.

Cũng nghe nói sáu người con của ông bà người nào cũng ăn nên làm ra, đều đã lập gia đình, nhà cao cửa rộng, xe hơi năm ba chiếc, mới keng, rồi sanh con đẻ cái nuôi dạy nên người. Nghe mà mừng cho họ, xưa nay những người nhơn đức được trời thương là vậy, có gì lạ đâu nà.

Riêng cô Ba hình như đã bước vào tuổi 60. Ở cái "lục thập nhàn", thân hình có vẻ đẫy đà, tóc tuy có bạc, sợi rụng ít nhiều mà sao trông cổ vẫn còn mặn mà hết sức; vẫn nói cười cởi mở, vẫn mần ăn buôn bán nuôi mỗi thằng con thôi, mà cũng thành ông kỹ sư này ông kỹ sư nọ. Còn đức ông chồng của cô Ba nghe nói đã nghỉ hưu mấy năm rồi, hình như mắc cái bệnh đãng trí gì đó. Nghe thiên hạ xì xầm "thằng cha cựu sĩ quan gốc núi này ở Việt Nam sức mấy mà với tới cô Ba!" Mà đụng tới sĩ quan sĩ quyết vào thời buổi chiến tranh là thím Mười trề môi: "Lấy mấy ông sĩ quan chỉ mau thành góa phụ chớ sướng ích gì".

Vậy đó, chạy lạc ra xứ người cái gì cũng đổi khác hết trơn. Có điều, hổng cần biết thằng chả là ai mà quơ nhằm cô Ba là tốt số quá chừng rồi! Con Miên, ở đợ trước kia cho ông bà Chín Hiến ngồi bắt chí cho đứa con gái, lắc đầu chép miệng nói:

- Thằng chả hên thiệt à nghen. Chắc kiếp trước có tu.

Chuyện Tình Xẻo Rô

Sau 5 năm lênh đênh mộng hải hồ, thủy thủ Đỗ Đồng Chiếc trở về thăm lại chốn xưa. Đứng bên bờ kinh xáng Xẻo Rô nước vẫn chảy đỏ quạch như nước trà. Vẫn đò dọc, đò ngang chen lẫn tiếng máy "cô le" chạy ngược xuôi. Vẫn ì xèo người buôn kẻ bán. Vẫn cây bẹo thân quen treo lủng lẳng các loại đặc sản dựng trước mũi ghe thương hồ. Nhìn bọt nắng lung linh đập vào bờ phía căn cứ hải quân Kiên An ở đầu kinh Cán Gáo, thượng sĩ Chiếc bồi hồi chiếc thân. Hình như cái gì cũng không thay đổi, chỉ có tiệ hủ tiếu mì cô Hõn là không còn.

Thuở đó, hạ sĩ Đỗ Đồng Chiếc đóng ở ngoài Đà Nẵng thất tình một cô em Chợ Củi sầu đời xin đổi về căn cứ hải quân ở tận miệt thứ Xẻo Rô, Rạch Giá. Đó là một buổi chiều mưa rơi. Màu của Xẻo Rô lúc đó đón hạ sĩ Chiếc là màu nước trà hệt như màu áo bà ba cô Hõn thường hay mặc. Cô Hõn là con gái rượu của vợ chồng chệt Xẻnh, chủ tiệm hủ tiếu mì Cái Thia. Quán lúc nào cũng đông khách, phần vì thức ăn ngon lại rẻ phần vì vẻ hồn nhiên tươi tắn của cô Hõn. Sau này quen thân Chiếc tò mò hỏi ở Xẻo Rô sao lại đặt tên tiệm Cái Thia, cô Hõn cười tỏn tẻn nhe cái răng khểnh dễ thương ra đọc luôn hai câu thơ: *"Con rạch Cái Thia chảy dìa Tắc Cậu. Con sáo qua sông con sáo đậu hiên nhà"*. Nhìn vẻ hồn nhiên phát ra từ cửa miệng nhỏ xíu có duyên của cô Hõn làm hạ sĩ Chiếc phải bật cười.

Té ra Cái Thia là quê chệt Xẻnh. Xưa kia tổ tiên người

Minh Hương "phản Thanh phục Minh" của chệt Xẩnh xuống tàu trốn qua Việt Nam tới Cái Thia lập nghiệp sanh con đẻ cái lần hồi mới có chệt Xẩnh. Sau khi cưới xiếm Kía được một năm, chệt Xẩnh dắt xiếm về Xẻo Rô mở tiệm mới sanh ra cô Hỡn

Ngày đầu tiên chân ướt chân ráo tới Xẻo Rô, hạ sĩ Chiếc vô nhà lồng chợ ghé tiệm hủ tiếu mì Cái Thia làm một tô cho đã bụng trước khi đi trình diện đơn vị. Xiếm Kía vợ chệt Xẩnh ra tiếp khách, nhưng bưng đồ ăn ra lại là cô Hỡn. Hình như trời sắp đặt sẵn hay sao mà hạ sĩ Chiếc vừa ngước lên thấy cô Hỡn đã sững người khiến cô đâm ra lúng túng, hai má đỏ bừng, bên lẽn thụt lẹ vô bếp. Từ đó, cứ mỗi cuối tuần, hạ sĩ Chiếc hay lui tới quán xá, trước là ăn ủng hộ sau là tìm cách ve cô Hỡn.

Hồi đó, người Tiều (gọi là *Ca-kỳ-nán*) không bao giờ chấp nhận gả con gái cho con trai Việt (*A-nàm-nán*). Ngược lại trai Triều Châu có thể lập gia đình với gái quê bản xứ dễ ợt. Chính vì vậy nên sợ mối tình non dạ của hai trẻ bị lậm, xiếm Kía đã âm thầm đưa cô Hỡn qua ở tạm nhà ông bà nội tuốt bên huyện U Minh, Cà Mau, cái xứ *"muỗi kêu như sáo thổi, đỉa lội lền như bánh canh"*. Không riêng gì cô Hỡn lạ nước lạ cái vừa buồn vừa sợ, hạ sĩ Chiếc cũng rầu thúi ruột thúi gan.

Đường tình duyên thêm một lần trắc trở khiến thủy thủ Đỗ Đồng Chiếc lại sầu đời làm đơn xin thuyên chuyển ra đơn vị tác chiến. Lần sang sông này, ngoài một nhúm băn khoăn, tiếc nuối còn có nỗi buồn lớn đi theo, giống hệt như cái thuở hạ sĩ Chiếc với con tim tan nát vì tình ngoài miền Trung lũi thũi xuôi Nam. Quảy balô xuống thuyền, thủy thủ Chiếc như giề lục bình mồ côi dật dờ trôi từ căn cứ hải quân Kiên An giạt về đơn vị giang thuyền ở miệt Cà Mau. Hành quân trên giang thuyền qua các kinh rạch Đầm Dơi, Cái Nước, Cái Keo, nhất là qua kinh Xác Cò um tùm ôrô, lau lách dễ bị bắn tỉa chết như chơi. Vậy mà sau 5 năm lùng địch, chạm địch, bắn nhau túi bụi với địch, thủy thủ Chiếc vẫn sống phây phây.

Ở đời có nhiều cái khó cưỡng. Thượng sĩ hải quân Đỗ Đồng Chiếc, mặc dù từng lăn lộn trong chiến tranh, vẫy vùng trên sông nước, vững vàng trước sóng cả trùng dương, Chiếc tưởng thời gian từ từ vá lại những nỗi buồn, làm phai mờ đi hình bóng cô Hõn trong cuộc sống lênh đênh của mình, nhưng thực đời không như ý. Ước mơ đôi khi giúp người hưng phấn nhưng nhiều khi thực tế lại giết chết ước mơ của người. Mất Hõn, Chiếc lại mất thêm một giấc mơ đời.

Dù vậy, 5 năm sau thượng sĩ Chiếc có dịp quay về Xẻo Rô thăm lại chốn cũ, đồng đội cũ với mong manh tìm lại dấu vết người xưa. Nhưng đời không như là mơ. Căn cứ hải quân Xẻo Rô vẫn dập dềnh bên sóng nước, chợ Xẻo Rô vẫn nhộn nhịp, nhưng từ bao giờ, tiệm hủ tiếu mì Cái Thia đã đổi chủ trở thành tiệm hàng xén. Hỏi thăm thì bà Cả Xén lắc đầu không biết gia đình chệt Xểnh đã dọn đi đâu, trôi giạt về phương nào.

* * *

Tháng tư 1975 mất nước, thượng sĩ hải quân Đỗ Đồng Chiếc theo đơn vị xuống tàu ra khơi. Bốn mươi năm sau, cựu thượng sĩ Chiếc tuy già những vẫn sống đời độc thân ở Kinh

Đô Ánh Sáng nước Pháp. Người ta thường nói trái đất tròn, vì tròn nên con người có trôi giạt tận góc bể chân trời nào rồi có ngày cũng gặp lại nhau. Có điều gặp lại nhau để "châu về hiệp phố" hay là một lần nữa lại xa nhau, vĩnh viễn mất nhau. Trong một bữa tiệc gây quỹ xây chùa ở thành phố Pau, miền Nam nước Pháp, Chiếc-già mừng rỡ gặp lại Bứng, thợ máy tàu ở căn cứ hải quân Xẻo Rô năm xưa. Binh nhất Bứng là em cô cậu với chệt Xểnh, tía cô Hõn nên biết rất rõ chuyện tình bất như ý của hạ sĩ Chiếc và cô cháu của mình. Ngày Chiếc đổi ra đơn vị tác chiến cho đến khi gặp lại Bứng ở Pháp mới biết Bứng đã có vợ đầm ba con. Trong nhà hàng, Bứng kín đáo chỉ qua bàn bên kia, ở đó cô Hõn đang ngồi lặng lẽ cạnh vợ con của Bứng. Một tia chớp xẹt vào mắt Chiếc-già để thấy cô Hõn ngày xưa đã mất đi vẻ hồn nhiên, tươi thắm, thay vào đó là một gương mặt xanh xao, mệt mỏi, cam chịu và thật buồn.

Bứng nói nhỏ:

- Từ ngày bị "chia uyên rẽ thúy" tới nay con Hõn vẫn thui thủi một mình. Nó không còn thiết đến tình yêu vì không muốn dây phiền cho ai.

Bứng ngập ngừng rồi thở dài buông một câu làm Chiếc muốn rớt nước mắt:

- Con Hõn, cháu tôi nó bị ung thư máu thời kỳ cuối.

Người Tôi Yêu

... Người yêu của tôi cũng có cái tật khá là dễ thương. Anh thích đứng yên lặng vòng tay ôm tôi từ phía sau lưng, rất lâu. Hôn tóc tôi anh nói thơm mùi lúa. Hôn gáy tôi anh nói thơm mùi sữa...

Cũng như hầu hết mấy cô bạn sinh viên thời hoa mộng từng ấp ủ trong lòng một khối tình lãng mạn, tôi cũng không ngoại lệ. Nhưng khác với đám bạn hồn nhiên, tươi thắm cùng người yêu cặp kè đi dạo phố, đi ăn kem hay đi ciné thì chiều chiều tôi tất tả đạp xe
đi tìm người tôi yêu.

Có nhiều bậc thang trong xã hội, từ thượng lưu tới hạ đẳng, người yêu của tôi ở hạng thấp nhất. Ngày ngày anh ngồi thu lu ở ngã tư đường hành nghề vá xe đạp. Nhưng anh không phải là người khéo tay nên thường bị khách hàng cằm ràm. Đã vậy, ngồi sát bên anh thỉnh thoảng còn có một cô tiểu thơ đài các má đỏ môi hồng như tôi khiến khách qua đường cảm thấy nghi ngại, họa hoằn lắm mới có một cô em học trò rụt rè ghé vào nhờ bơm bánh xe. Anh xoay qua nghề bán thuốc lá lẻ trên các vỉa hè đông người qua kẻ lại. Nhưng anh cũng không có khiếu mua bán nên vốn liếng gom từ nghề vá xe đạp lần hồi không cánh mà bay. Thấy anh ngượng nghịu mặt mày tiu nghỉu tôi càng thương anh, khuyến khích anh đừng nản chí. Không phải ai bước vào thương trường cũng thành công hết đâu. Cuối cùng anh kiếm chác bằng cách bán sách trong chợ sách Đặng Thị Nhu. Hạp với nghề "bán chữ nghĩa" thỉnh thoảng anh có đồng ra đồng vào.

Ban ngày ngồi trong câu lạc bộ trường Đại học ăn trưa nghỉ

tới anh mà nghe xót xa trong dạ. Hầu như cả Sài Gòn đều ăn cơm trưa, chỉ có mình anh uống nước máy trong khu Dân Sinh dằn bụng. Lần đầu tiên thấy anh lom khom bụm hai tay nghiêng đầu hứng nước máy uống trừ cơm mà nước mắt tôi ràn rụa.

Chiều nào bán được ba mớ sách cũ có chút tiền anh mua bánh mì thịt ăn qua bữa hoặc mua mì ăn liền mang tới nhà người quen mượn bếp nấu ăn rồi lang thang đi tìm chỗ ngủ. Sài Gòn trời đất thênh thang nhưng tôi không biết ban đêm anh ngủ ở đâu, tôi không mường tượng ra nỗi. Hỏi thì anh ơ hờ nói chỗ nào an toàn chỗ đó ngủ được

Có lần trời chạng vạng tối, lòng xốn xang lo lắng cho anh, tôi đạp xe chạy ù vô chợ Thái Bình gần nhà khẽ hú gọi tên anh cầu may. Chợ Thái Bình đối diện với rạp hát Thanh Bình ngay ngã tư Cống Quỳnh – Phạm Ngũ Lão là nơi anh nói anh thường ngủ qua đêm. Đang nằm ẩn mình dưới sạp bán trái cây, rau cải, nghe tiếng tôi gọi anh trồi đầu ra nói nhỏ "anh đây nè" rồi lồm cồm đứng lên ngại ngùng nhìn tôi. Lần đầu tiên chứng kiến trước mắt cảnh đau lòng này tôi buông xe đạp ào tới ôm lấy anh òa lên khóc nức nở. Sợ người nghe thấy anh vội bịt miệng tôi bằng đôi môi khô héo của mình.

Thương anh ngủ bờ ngủ bụi tôi nẩy ý định mướn phòng cho anh thì đúng lúc... hoàng thiên ngó xuống. Người bạn cân ve chai cũng là bạn thời quân ngũ vừa nhường lại căn phòng cho anh trong một con hẻm nhỏ ở đường Cao Bá Nhạ với một giá rẻ gần như cho không. Căn nhà bằng gỗ hai tầng ngăn làm nhiều phòng cho thuê. Phòng nào cũng vuông vức, thoáng đãng, riêng phòng anh nằm khuất ở sau cùng, có hình chữ L hoa. Nửa vách dưới ngăn bằng ván, phía trên là phên thưa. Cũng nhờ vậy vô tình căn phòng trở thành nơi ẩn náu lý tưởng cho những người vô gia cư. Nửa đêm nửa hôm nếu bị Công An xét nhà, anh cứ việc cuộn mùng mền rúc vô trong góc là không ai nhìn thấy. Phòng trống trơn, không bàn ghế, không giường chõng, không gì hết, ngoài mùng mền cũ rích và chiếc chiếu rách của người bạn ve chai để lại. Tôi mang đến thay cho anh tấm nệm mớp mỏng và chiếc gối màu nâu non. Anh thích màu này, anh nói nó gần với màu đất, màu hương khói chùa chiền.

Tôi biết rất rõ tình cảnh của nhiều gia đình nghèo xơ. Nhưng có nghéo xơ nghèo xác
cách mấy so ra cũng nghèo khít như người tôi yêu là cùng. Người yêu của tôi nghèo đến không có cơm ăn áo mặc, không có nhà để ở, nhưng bù lại tâm hồn anh là cả một trời văn chương phong phú. Anh là người đa tài nhưng trời lại đày anh vướng phải căn bệnh đãng trí. Càng về sau anh càng đãng trí nặng. Anh viết văn, làm thơ, soạn nhạc kịch vì tôi, cho tôi, anh rất vui. Vậy mà tuần trước tuần sau nghe tôi ngân nga, xuýt xoa khen hoài anh cau mày, con mắt trống lơ, lắc đầu nói không nhớ, nói không phải của anh. Thật ra có cái anh quên hẳn, có cái anh mang máng nhớ, nhưng may phước cho tôi, anh nhớ nhất là lần anh tí toáy vẽ chân dung tôi. Lúc đưa tôi coi bức phác họa cả hai đều ôm bụng cười đến chảy nước mắt. Trời cho tôi vốn đẹp như một đóa hải đường anh lại vẽ tôi thành cô bé lọ lem.

Người yêu của tôi cũng có cái tật khá là dễ thương. Anh thích đứng yên lặng vòng tay ôm tôi từ phía sau lưng, rất lâu. Hôn tóc tôi anh nói thơm mùi lúa. Hôn gáy tôi anh nói thơm mùi sữa. Trên đời này, ngoài cha mẹ anh chị em tôi, không có ai yêu thương
Tôi bằng anh, cho tới chết.

Cuộc đời anh có thể nói là một bi kịch dài. Anh mồ côi từ thuở chào đời, bù lại đầu óc rất thông minh. Tốt nghiệp ban Triết tại Đại học Văn Khoa Sài Gòn. Thời binh lửa trùng trùng anh xung phong vào lính. Nhưng lúc ra trường anh lại

được biệt phái dạy Triết tại một trường trung học mãi tận trên cao nguyên Gia Lai xa mù. Biến cố tháng tư 1975, trên đường di tản về gần tới Sài Gòn anh bị bắt đi tù. Hai năm sau được thả nhưng lại đày đi kinh tế mới ở miệt vùng núi rừng Bình Phước. Cày sâu cuốc bẫm một thời gian anh theo nhiều người bỏ kinh tế mới về thành phố sống lang thang như phường trôi sông lạc chợ. Tôi gặp anh ở bến xe Xa Cảng Miền Tây khởi đầu một mối
Lương duyên tiền định.

    Mùa hè tôi về Trà Ôn, Cần Thơ thăm ngoại. Mới sáng sớm Xa Cảng Miền Tây ở quận Bình Tân đã ồn như cái chợ. Vừa bước xuống xe taxi, tôi bị một tên cướp bất thần nhào tới giựt mất cái xắc tay. Tôi la lên cầu cứu nhưng ai cũng đứng trơ mắt ra ngó. Chỉ có anh rượt theo thộp cổ tên bất lương giành lại được xắc tay cho tôi. Tôi run rẩy bước lên xe đò, lí nhí cám ơn anh. Trên đường đi tôi bức rức không ngừng nghĩ tới anh, không biết có còn gặp lại anh không. Tôi có cảm tưởng như đã từng gặp anh ở đâu đó
Mà nghĩ mãi không ra. Ấy vậy mà đời có những cái bất ngờ đến không thể ngờ được. Nó như một mối duyên vô hình ràng buộc con người lại với nhau từ muôn kiếp trước. Rằm tháng bảy năm nào chùa Vĩnh Nghiêm cũng tổ chức lễ Vu Lan rất lớn, đông đảo khách thập phương đến viếng. Tôi và mấy cô bạn rủ nhau lên chùa cúng Phật. Đang dâng hương khấn vái trời đất tình cờ liếc xuống tôi thấy anh đang lui cui quét lá dưới chân tháp Quán Thế Âm. Tách khỏi đám bạn tôi hồi hộp bước tới khẽ chào anh. Dĩ nhiên anh không nhận ra tôi, anh nhìn tôi bằng cặp mắt hết sức bình thản chào đáp lễ. Trên đời này có hàng tỷ tỷ đàn ông con trai đều nghiêng mình chiêm ngưỡng trước vẻ đẹp trời ban cho tôi, trừ anh. Tôi ấm ức đâm ra tự ái nhưng vẫn giữ ý tứ nhắc lại chuyện không may xẩy ra cho tôi ở Xa Cảng Miền Tây tháng vừa rồi, may nhờ có anh ra tay cứu giúp. Nói xong tôi nhỏ nhẹ cám ơn anh lần nữa. Vậy mà trời ơi, anh vẫn không nhớ ra (sau này tôi mới biết

anh mắc bệnh đãng trí). Nghĩ tôi nhận lầm người, anh xin phép lui về phía hậu liêu.

Từ đó, chủ nhật nào tôi cũng lên chùa tìm anh. Lần nào gặp anh tôi cũng vui, không gặp thì buồn. Hỏi sư tâm đăng (chuyên phụ trách hương đèn trên chánh điện) mới biết thỉnh thoảng anh mới đến chùa làm công quả Phật sự. Nhưng những lần gặp nhau ở chùa, ở những nơi công cộng dần dà anh cũng tự nhiên hơn, gần gũi với tôi hơn, thích lắng nghe tôi nói chuyện nhiều hơn. Nhưng mà lạ quá. Anh không hề để tâm tới tình cảm của tôi kín đáo dành cho anh mà cũng không tỏ ra vồn vập trước sắc đẹp của tôi như nhiều người khác. Điều này làm tôi buồn nhưng tôi càng nể phục nhân cách của anh hơn. Anh sống rất khép kín, tánh tình điềm đạm, thường chìm trong suy tư và luôn luôn tôn trọng tôi, coi tôi như một người bạn tốt. Đứng trước một người lịch lãm như vậy, trời không bắt, tôi cũng đem lòng yêu quí anh. Thật ra tôi yêu anh từ lâu lắm nhưng lại không nhận ra cái ngày anh nói yêu tôi.

Thời gian lầm lũi trôi qua. Ông trời thương anh và tôi vẫn vui vẻ gặp nhau, bình thản sống qua ngày. Lúc tốt nghiệp đại học tôi may mắn tìm được việc làm đúng như ý, anh mừng cho tôi. Ban ngày tôi ở sở làm. Chiều về tôi đạp xe thẳng tới căn gác trọ tìm anh. Có lần trên đường tới gác trọ tôi giựt mình sợ hãi khi nhìn thấy con đường trước mặt như đang dẫn tôi đi vào cõi chia lìa. Lúc gặp được anh tôi mừng ứa nước mắt. Tôi ôm lấy anh, chia sẻ hạnh phúc với anh mà không hiểu tại sao lúc nào lòng cũng nơm nớp
Sợ mất anh.

Vậy mà ông trời lại không muốn cho chúng tôi được hạnh phúc lâu bền. Người tôi yêu bị ngất xỉu lúc đang uống nước máy ở chợ Cô Giang, Cô Bắc, gần trường trung học Bồ Đề. Bác sĩ nhà thương thí chẩn đoán anh bị ung thư màng óc thời kỳ cuối. Nhìn anh nằm hôn mê trên giường bệnh mà lòng tôi đau thắt. Dù vậy, hàng ngày tôi vẫn đi làm, vẫn giữ nét điềm tĩnh, tôi không khóc. Tan sở lần nào tôi cũng chạy vô thăm anh, dù anh không còn biết gì. Được một tuần thì anh trút hơi thở cuối cùng trong vòng tay tôi. Đến lúc đó tôi mới để mình bật ra tiếng khóc. Tiếng khóc thương tâm đẩy nước mắt của tôi trào ra không cách nào ngăn lại được.

Người tôi yêu mất vào đầu mùa mưa đến nay cũng ngót ba mươi năm rồi. Hiện nay tôi đã có gia đình, cùng chồng và hai con bôn ba nơi xứ người. Những lúc che dù đi trong mưa, mưa lạnh thường gợi tôi nhớ tới anh. Lúc đó, lệ trời hay nước mắt của tôi lăn trên má tôi cũng không hay biết gì.

Người ta nói chỉ có thời gian mới trị lành mọi vết thương, kể cả vết thương lòng. Tôi không nghĩ như vậy.

Xích Lô

- Xích lô!

Từ ngày đi tù Cộng sản về hành nghề đạp xích lô, Hồ Nhượng chưa từng nghe ai gọi "xích lô" dịu dàng đến như thế. Tiếng gọi của cô gái từ bên kia đường nhỏ nhẹ như sợ chạm đến tự ái nghề nghiệp của người xích lô khiến Hồ Nhượng cười thầm. Anh dễ dàng cảm nhận được tiếng gọi đó vừa thoát ra khỏi vành môi đã vội ngậm lại như sự lỡ lời của người biết tự trọng. Thời buổi này gặp được một người lương thiện là điều may mắn cho anh. Hồ Nhượng nghĩ vậy.

Gấp tờ báo nhét vô túi quần sau, Hồ Nhượng sửa lại cặp kính cận dầy như đít chai xong anh cẩn thận đẩy xe băng qua đường. Lúc tới gần Nhượng mới thấy rõ đó là một thiếu nữ xinh đẹp, duyên dáng, vừa dung dị vừa thanh lịch trong chiếc áo dài màu hoàng kim, đứng che dù đỏ với vẻ bồn chồn e ngại như cực chẳng đã mới gọi xích lô. Cô gái hơi cúi xuống, rụt rè chào hỏi, ngập ngừng giọng trỏng không:

- Dạ…, chú cho… tới đường Lương Hữu Khánh *(*)*.

Nghe giọng nói, Hồ Nhượng biết ngay cô là người đồng hương xa quê như anh. Đã lâu lắm, gần 40 năm xa Huế, mỗi lần gặp người cùng quê, dù không nói ra, song anh đều xao động. Nhất là nghe nói đến đường Lương Hữu Khánh, từ dưới đáy lòng trống trải lâu nay của Hồ Nhượng lại dâng lên một cảm xúc vừa bồi hồi vừa tiếc nuối bâng khuâng. Đã mười năm rồi Hồ Nhượng tránh không trở lại con đường này, con đường có quá nhiều kỷ niệm đẹp mà đau khổ tràn bờ.

Khi tới ngã ba đường Bùi Thị Xuân vừa rẽ trái vào đường Lương Hữu Khánh, Hồ Nhượng có cảm tưởng như anh đang trở về thăm lại căn nhà xưa. Căn nhà nhỏ, nơi người tình chưa vong thân trên biển, đã cho anh một cuộc tình lãng mạn và nồng nhiệt. Cũng căn nhà nhỏ bên hông con hẻm tuy nhỏ và ngắn nhưng nó giống như lưỡi dao cứa vào lòng anh một vết thương dài. Con hẻm, nơi anh đến rồi mãi mãi ra đi.

Mười năm lặng lẽ trôi qua trên dòng đời ngược xuôi trăm hướng, nỗi đời cũng hỗn độn trăm bề. Sau một cuộc cách mạng đổi đời, một chế độ đã thay tên, một thời đại trôi qua, dù căn nhà xưa vẫn còn đó nhưng linh hồn của nó giờ chỉ còn là hình ảnh của một thời đã qua.

Cô khách nhỏ đã vô nhà từ bao giờ mà Hồ Nhượng vẫn đứng trên lề đường, trước căn nhà xưa hồn vía thì lãng đãng tận đâu đâu. Cô gái này là ai? Cô là gì của căn nhà này? Điều kỳ lạ là ngay lần đầu tiên giáp mặt cô ở giữa chợ Hồ Nhượng bỗng cảm thấy gương mặt đẹp như ngọc này hao hao như người tình xưa của anh, nhất là đôi mắt buồn thăm thẳm. Hồ Nhượng vẫn đứng đó lẻ loi trong hoài niệm cho đến khi tiếng kèn lỗ mãng của một chiếc xe hào nhoáng chạy vụt qua Hồ Nhượng mới giựt mình choàng tỉnh, ngơ ngác nhìn quanh.

Rồi như một tên tội phạm vừa bị phát hiện, Hồ Nhượng hốt hoảng phóng lên yên xe, cắm đầu đạp thục mạng như ma đuổi. Dù không quay đầu nhìn lại nhưng rõ ràng trong giấc mơ anh nhìn thấy sau ót mình thình lình mọc ra một con mắt, con mắt giống như Nhị lang thần Dương Tiễn có con mắt thứ ba mọc trước trán trong Phong Thần diễn nghĩa. Qua con mắt này Hồ Nhượng nhìn thấy cô gái trong chiếc áo dài màu hoàng kim, che dù đỏ chập chờn đứng giữa đường nhìn theo

Hồ Nhượng bằng con mắt vô cùng buồn thảm.

Cứ thế, anh xích lô Hồ Nhượng, lâu nay vẫn sống bằng đôi chân lao động hàng ngày, anh ra sức đạp hoài, đạp mãi, chạy mãi, chạy xa dần hình ảnh cô gái thiên thần cho đến khi cô biến mất trong giấc mộng chưa bao giờ nở một chút nụ cười hạnh phúc trên môi anh.

Mơ đến đây Hồ Nhượng nhận thức được mình đang dần dần thức tỉnh từ một giấc mộng mà anh coi như là một chuyện hoang đường; khốn nỗi vừa trở mình Hồ Nhượng chợt nghe con sáo hót, trong tiếng hót lanh lảnh mọc ra một bàn tay kéo anh rơi ngược vào mộng mị.

Vừa lồm cồm đứng dậy Hồ Nhượng nín thở hầu như không tin vào mắt mình khi nhìn thấy cô gái trẻ xinh xắn trong màu áo hoàng kim, tay che dù đỏ lại chập chờn hiện ra thành một linh hồn trong suốt đang chập choạng trôi về hướng mình. Định thần nhìn kỹ Hồ Nhượng lại thấy chiếc linh hồn nhỏ kia dần dần hiện hình thành người tình năm xưa đang thổi hạnh phúc trong lòng bàn tay lướt thướt như những giọt mưa. Hồ Nhượng cảm nhận được hương mê của hạnh phúc lúc thì nhấn anh chìm sâu xuống đáy sâu lúc lại nâng anh lên chơi vơi với một hồn ma trần truồng có thân hình đẹp đẽ, có đôi tay thật dài quấn siết lấy anh trên căn gác nhỏ âm u, lạnh lẽo, không đèn.

Cứ thế, Hồ Nhượng giữ chặt lấy thân hình mảnh mai để nghe hạnh phúc trườn đi như rắn rồi bất thần ngốc đầu vực dậy biến thành đôi tay vững chắc đẩy lui những âm mưu của từng đợt sóng dữ đang cố sức giằng nàng ra khỏi vòng tay Hồ Nhượng.

Hình ảnh trở nên ghê rợn khi Hồ Nhượng thấy sức hút của luồng nước biển dựng đứng tấm thân ngọc ngà trên đầu sóng cả rồi cuồng nộ quật mạnh nàng xuống vực sâu dày vò, giằng xé, tan tác trong màu đen ngòm đậm đặc của nước biển.

Mặt cắt không còn giọt máu, Hồ Nhượng kinh hoàng thét lên:

- Trời ơi! Hồ Nhượng lao theo rồi giựt mình thức dậy.

Thời gian trong cơn mộng dữ khác với đời thực, không có cánh, vẫn lạnh lùng trôi đi. Trong mơ màng, Hồ Nhượng dụi mắt để xem đây là thực hay mộng rồi ngơ ngác nhìn ra cửa sổ. Bầu trời xanh ngăn ngắt làm anh rùng mình nghĩ tới màu thâm đen của thủy mộ. Lúc này mộng đã qua đi, sóng yên bể lặng, nhưng thần trí của Hồ Nhượng vẫn mơ hồ nghe trên cao vọng lại tiếng hót của con sáo.

(*) Lương Hữu Khánh sống vào thế kỷ 16, là trọng thần dưới triều nhà Lê, có công khôi phục và lập nên nhà Lê trung hưng. Lương Hữu Khánh còn là một nhà thơ, tánh tình thanh liêm, cương trực, luôn luôn giữ gìn đạo lý gia phong, tôn trọng đạo đức, lấy dân và nước làm trọng.

Gác Xép

Đang ngủ trên gác xép nửa đêm Thế giựt mình choàng tỉnh vì có tiếng người đập cửa ở dưới nhà. Tôi nằm kế bên cũng thức giấc, ngẩng đầu lên nghe ngóng rồi hoảng hốt ngồi bật dậy la thầm: "Chết rồi anh nờ! Mạ em trên Đà Lạt xuống tề".

Hơn bốn tháng trước, khi lén đưa Thế về giấu trên gác, tôi có nói mỗi lần về Sài Gòn mạ của Trảng thường ngủ trên gác này, nhưng năm ba tháng có việc bà mới về; còn nếu đêm hôm Công an xét nhà Thế cứ trèo lên núp trên nóc gia ở ban-công phía sau là an toàn. Trong chập chờn, thấy tôi lộ vẻ lo lắng, Thế thương cảm, choàng tay ôm lấy tôi trấn an rồi hé cửa vọt ra ban-công phía sau, tôi sốt ruột cũng ra theo. Thế quơ vội đôi dép mòn đế, há miệng thảy xuống đường hẻm, rồi nhanh nhẹn đu tường tuột xuống đất, tôi nhìn theo mà ứa nước mắt.

Ban đêm con hẻm tối om. Thế đang lò mò tìm đôi dép, đúng lúc hai người đàn ông rọi đèn pin trong hẻm đi ra, tôi vội hụp xuống. Nửa đêm nửa hôm bất ngờ đụng phải kẻ lạ mặt, một người la lên: "Ai đó? Làm gì ở đây? Ăn trộm hả? Rồi tri hô: Ăn trộm! Ăn trộm! Bắt lấy nó! Bắt lấy nó!".

Nghe la tôi điếng hồn lum khum nhìn xuống. Trong lúc bối rối Thế chưa kịp phân trần anh đã bị tóm cổ. Một người kẹp cổ Thế ghì đầu xuống, người kia bẻ quặt cánh tay anh ra sau, sừng sộ: "Tổ trưởng dân phố đây. Ăn trộm hả? Gặp tao là mầy xong đời". Người kẹp cổ Thế hổn hển giục: "Trói nó lại, giải tới đồn Công an đi, anh Năm".

Nghe nói tới Công an, Thế chợt bừng tỉnh. Tôi biết máu giang hồ trong anh lại sôi lên. Liền đó tôi thấy người kẹp cổ Thế la "ối" một tiếng, rướn người lên, vòng tay nới lỏng. Chỉ chờ có vậy, Thế hụp đầu xuống xoay mình đánh thúc vào hông người này, đồng thời xô mạnh hắn vào người kia khiến cho cả hai mất thăng bằng té lăn ra đất. Mặc tiếng la "bắt lấy nó", Thế băng mình vọt ra đường cái, bỏ dép chạy thục mạng về hướng chợ Thái Bình. Lúc đó cả tôi và Thế đều không ngờ lần bỏ chạy đó là lần cuối cùng Thế chạy ra khỏi cuộc đời tôi.

* * *

Thế sinh ra dưới một ngôi sao xấu, anh thường nghĩ vậy. Khi trở nên gắn bó, Thế tâm sự tôi nghe mà đau thắt trong lòng. Cuộc đời của Thế có thể nói là một chuỗi bi kịch. Vừa bưng đầu ra đã khóc chóe trước cổng tam quan của một ngôi chùa ở miệt Hạnh Thông Tây. Nhà chùa thương tình đem vô nuôi. Mười ba tuổi bỏ chùa đi bụi với bọn trẻ đánh giày. Mười bảy tuổi thành quân đầu trộm đuôi cướp, khét tiếng trong giới giang hồ với hỗn danh "Thế chém". Mười tám tuổi trốn quân dịch bị bắt lính thảy vào Trung Tâm Huấn Luyện Quang Trung. Nhiều lần định đào ngũ nhưng không biết nghĩ sao Thế lại thôi. Ra trường dưới hình thù một anh lính "đơ-dèm cùi bắp" thuộc Sư Đoàn 18 Bộ Binh đóng ở Xuân Lộc, Long Khánh. Sẵn máu giang hồ, coi cái chết nhẹ tợ lông hồng, Thế đánh giặc rất hăng, coi giặc như kẻ thù truyền kiếp. Sau những trận đánh ác liệt, Thế thường lập được nhiều chiến công hiển hách, nhờ vậy binh nhì Trương Tạ Thế được đặc cách lên lon vùn vụt ngoài mặt trận.

Năm 1963, Thế theo học khóa Sĩ quan đặc biệt tại trường Bộ Binh Trừ Bị Thủ Đức. Ra trường đầu quân vào Lực Lượng Biệt Kích Dù, trực thuộc Bộ Tổng Tham Mưu Quân Lực Việt Nam Cộng Hòa. Ngoài các hoạt động nhảy toán ra Bắc làm nhiệm vụ tình báo, Thế còn giả dạng thường dân xâm nhập vào Nam Lào thám thính và triệt hạ các tuyến đường giao liên của Việt Cộng.

Sau nhiều năm chiến đấu sống chết ngoài mặt trận, súng đạn đã nung đúc trung úy Thế trở nên dày dạn hơn, lì lợm hơn nhưng đằm tính hơn. Máu du côn hung hãn ngày xưa chuyển dần thành dòng máu anh hùng. "Thế chém" ngày xưa chưa từng chém chết ai, nhưng "Thế độc" sau này lại đốn ngã nhiều quân thù bên kia chiến tuyến.

Có lần tò mò tôi hỏi sao gọi là "Thế chém", anh lắc đầu thở dài không nói. Tôn trọng sự im lặng của Thế tôi cũng không hỏi nghĩa "Thế độc" là gì, như đồng đội thân thiết của anh thường gọi. Nhưng mà, dù tôi không biết trong quá khứ "Thế chém" từng chém những ai hay bị ai chém mà khi tôi gặp Thế thì trên mặt anh đã hằn sâu một vết sẹo dài sọc, đỏ ửng bên má trái. Đó cũng là hình ảnh kỷ niệm thuở ban đầu tôi gặp Thế, đã hằn sâu trong trí nhớ của tôi như một món quà trân quí của tình yêu mà trời đất đã ban tặng cho tôi.

Tôi là người yêu đầu đời của Thế. Tôi biết chắc điều này là nhờ bạn bè lính tráng của Thế cho biết. Rằng đường binh nghiệp của trung úy Lương Hữu Thế lên như diều gặp gió nhưng đã 25 tuổi đầu mà đường tình yêu vẫn vắng bóng hồng, cho tới khi gặp tôi. Nói không quá, ngầu như "Thế chém" vang bóng một thời, hay ngầu như "Thế độc" bắn giết nhau với kẻ thù trên rừng núi, có lẽ vì quá ngầu nên Thế chưa từng biết yêu là gì, nói chi đến gái, kể cả các cô gái ăn sương.

Cho đến một hôm tôi đạp xe mini tới Thảo cầm viên Sài Gòn (còn gọi là Sở Thú) dạo mát. Buổi trưa đầu tuần, vườn Bách thảo hầu như vắng bóng người. Tôi ngồi trên ghế đá cạnh hồ nước trước đền thờ vua Hùng đọc sách. Lúc lật sang trang tôi ngước lên tình cờ thấy anh lính rằn ri đang nhìn về hướng tôi. Ngồi trên bậc thềm Viện Bảo Tàng Quốc Gia, người lính châm thuốc hút. Thật tình tôi không để ý tới anh ta nên cúi xuống chăm chú đọc tiếp. Nắng trên cao lỗ chỗ đổ xuống trang sách làm tôi phải nhích sang một bên.

Đang say sưa thả hồn theo từng dòng chữ thình lình một đám năm sáu anh thanh niên áo quần xốc xếch, mặt mũi bặm trợn ào tới vây quanh tôi chọc ghẹo. Có lẽ những hành vi sàm sỡ của đám người này làm người lính chú ý. Tôi bực mình đứng dậy bỏ đi. Lợi dụng chỗ vắng người bọn họ cố tình chận tôi lại; người giựt sách, kẻ làm càn vuốt tóc, sờ tay sờ chân. Tôi càng cự nự họ càng làm tới. Coi trời bằng vung, bọn họ lôi tôi vô bụi cây.

Đúng lúc đó, một tiếng gằn dữ dội "Buông cô ta ra!" khiến cả bọn khựng lại: Quay đầu lại bọn họ thấy một người lính rằn ri mặt thẹo trông dữ tợn, mắt trợn trừng tóe lửa đang xăm xăm bước tới. Thấy người lính to như ông hộ pháp tiến tới, đám ba que xỏ lá buông tôi ra luýnh quýnh thụt lùi, trừ một tên, có vẻ đầu sỏ, ra oai vung gậy bổ xuống đầu anh lính. Anh gầm lên, phóng tới đá văng cây gậy rồi áp sát, bẻ quặt cánh tay hắn ra sau, vặn mạnh khiến hắn la làng. Để dằn mặt đám lưu manh, anh lên gối thúc vào bàn tọa tống hắn văng ùm xuống hồ nước. Cả đám lâu la thấy thế đều thất kinh hồn vía hè nhau bỏ chạy, mặc cho tên đầu sỏ run rẩy lớp ngớp bò lên chạy biến.

Hồi ký trên của cô Huỳnh Thị Ngọc Trảng viết trong cuốn sổ tay chỉ có bấy nhiêu, còn lại là những trang trống. Bìa cuốn sổ tay đã cũ, vài trang hơi sờn, nét mực đã phai, nhiều chữ bị nhòe, vừa đọc vừa đoán. Tuần trước, Bích Thủy, em của Ngọc Trảng, đưa tôi cuốn sổ tay này nhờ tôi đọc, sửa lại câu cú xong gởi đăng báo giùm, nếu được. Đọc xong tôi đạp xe tới nhà Bích Thủy trên đường Lương Hữu Khánh xin gặp Ngọc Trảng để hỏi thêm vài điều cần biết. Thường ngày Bích Thủy rất liến thoắng, hay đốp chát lấn lướt tôi trên phone, nhưng lần này cô nín lặng một hồi mới sụt sùi kể lể làm tôi chưng hửng.

Thì ra cách đây hơn 30 năm, chị Ngọc Trảng của Bích Thủy bị xe đụng chết trên cầu chữ Y lúc chị đạp xe về nhà dưới cơn mưa tầm tã. Bích Thủy cũng tiết lộ cho tôi biết lòng biết ơn của chị với trung úy Thế là thủy chung cùng anh, người lính Biệt Kích Dù đã từng cứu chị thoát khỏi tay bọn côn đồ trong vườn Bách thảo năm xưa.

Khi mất nước, Biệt Kích Dù là lực lượng cuối cùng của phe miền Nam hạ khí giới. Trung úy Lương Hữu Thế đi tù rồi vượt ngục về Sài Gòn được chị Ngọc Trảng liều mạng giấu anh trên căn gác xép. Nhưng ông trời khéo trêu ngươi. Từ cái đêm anh Thế bỏ dép chạy thoát khỏi tay phường đội không ai biết việc gì đã xẩy ra cho anh sau đó mà anh không bao giờ quay trở lại. Chị Ngọc Trảng âm thầm tìm kiếm, hỏi thăm tin tức, nhẫn nại chờ đợi nhưng anh vẫn biệt mù tăm cá. Có lẽ vì vậy chị sanh bệnh trầm cảm xẩy đến cái chết thương tâm.

Bích Thủy nói: "Từ ngày chị em mất, không lâu sau mạ em cũng qua đời, vợ chồng em dọn về đây cho tới bây chừ". Chỉ tay lên gác, Thủy nhỏ nhẹ: "Anh lên gác xem. Vợ chồng em thờ ba mạ em và chị Ngọc Trảng trên nớ".

Đó là căn gác nhỏ buồn thiu. Vì là chỗ thờ tự lâu năm nên căn gác cứ bàng bạc một không khí huyền hoặc mờ ảo. Vậy mà ở đây đã từng nẩy nở một cuộc tình bí mật, kỳ lạ, diễm lệ và phi thường, Nhưng cũng ở đây, trên căn gác xếp cô đơn này có hai linh hồn bất hạnh từng gánh chịu nỗi đau khổ trong cuộc làm người cho đến chết. Những người sống trên căn gác bây giờ đều không còn nữa. Nhưng vong linh họ vẫn bay thấp thoáng trong chiêu niệm của người thân.

Lúc tôi từ giã ra về Bích Thủy chỉ cây vú sữa trồng trước sân nhà nói: "Anh Tấn thấy cái chảng ba không? Lúc trốn tù về anh Thế đã ngủ trên đó".

Hồi ký Lương Hữu Thế

Tuần rồi, vợ chồng David Bích Thủy, ở bên nhà đáp chuyến bay du lịch qua Canada ghé Toronto thăm gia đình tôi. Bích Thủy, em của Huỳnh Thị Ngọc Trảng, (bạn đọc đã biết qua trong truyện Gác Xép của tôi) sau nhiều năm gặp lại cô hoàn toàn thay đổi từ sắc diện tới tánh tình: xinh đẹp, lịch thiệp và khả ái. Không như ngày xưa, sau những giờ học đàn hát, Bích Thủy thấy ông thầy dạy nhạc là tôi, hiền lành, ít nói, hay nhường nhịn nên dễ bề ăn hiếp; hễ đề cập tới bất cứ chuyện gì lớn nhỏ, ngoài âm nhạc, đến hồi gay cấn cô như con nhím xù lông, cô phùng mang, trợn má nhảy chồm chồm y hệt con trai lấn lướt tôi, ăn thua đủ với tôi cho bằng được. Nhiều phen biết mình vô lý rồi đuối lý cô phụng phịu làm mặt giận, cô giãy nẩy đòi tôi phải năn nỉ cô, bắt tôi chở cô bằng xe Honda Dam của cô đi ăn kem tuốt bên Dakao, (dĩ nhiên tôi phải móc hầu bao dù nghèo rớt mùng tơi) trong khi tiệm kem gần nhà ở Cầu Kho thì lắc đầu nguầy nguậy. Chiều cô, tôi phóng xe phom phom trong cơn gió nồng nã. Lúc lạng vòng hồ con rùa tôi bị cô chợt móng tay nhọn liếu vào ba sườn, gắt "răng anh chạy mau dữ rứa?". Lúc tôi chậm lại cô cũng gắt "răng anh chạy chậm dữ rứa?", rồi không biết nghĩ gì Bích Thủy chợt phá lên cười ngặt nghẽo, chu mỏ thổi phù phù vào lưng tôi rồi áp má vào. Nghĩ lại tôi mắc cười cho cái tánh trẻ con của cô và cái tật nhát gái của mình từ cái hồi thật xửa thật xưa thân ái đó.

Đặt nhẹ tách cà phê xuống bàn, đôi mắt đẹp của Bích Thủy chợt ánh lên niềm vui. Nhìn cây đàn guitar cũ kỹ dựng trong góc, cô học trò xứ Huế ôn tồn nói: "Ông thầy còn đàn hát như xưa, ông thầy hì?". Tôi lắc đầu cười đàn thì còn nhưng hát thì chịu. Ngày xưa giọng hát của tôi khỏe như lệnh vỡ, không cần micro, micriết hay loa liết chi; còn bây giờ dây thanh quản đã chùng xuống tệ hại như sợi tơ chùng.

Ngược lại qua ngón đàn điệu nghệ của người bạn đời David, Bích Thủy say sưa thả hồn qua từng lời ca tiếng hát. Giọng hát chanh chua, lập cập rớt nhịp ngày xưa của cô gái Huế giờ được thay bằng tiếng hát ung dung, ngọt ngào, truyền cảm. Căn nhà chúng tôi từ lâu lắm vắng tiếng cười đùa đàn địch xôn xao nay được tài nghệ của đôi bạn làm cho sinh động hẳn lên. Nắng chiều xuyên qua cửa kính làm hình bóng của họ rạng rỡ như một bức tranh sống thực.

Bích Thủy hát một lúc ba bản tình ca (*) tôi viết tặng cô vào giữa năm 1966 ở Sài Gòn. Cả ba bài hát đều đã trên 50 năm rồi tôi không còn nhớ nổi một lời nào. Cô làm tôi thật xúc động. Lắng nghe cô hát với tiếng đàn êm dịu của David lòng tôi không ngừng dâng lên từng đợt sóng cảm hoài.

Tôi vẫn nhớ thuở mới về với Bích Thủy, David là giáo sư Anh ngữ của các trường tư thục Sài Gòn. Anh chàng đạo mạo đến cứng ngắc, chẳng chảy một chút máu văn nghệ văn gừng nào trong huyết quản của nhà mô phạm. Vậy mà vướng phải cô gái Huế có tâm hồn yêu ca hát này, đã uốn nắn làm sao mà nay chàng trổ hết ngón đàn tài hoa nâng tiếng hát của người trăm năm bay bổng. David, chàng trai nước Mỹ tốt nghiệp trường đại học Stanford, California, yêu nước Việt, yêu cô gái Việt, nói tiếng Việt rành như lặt rau.

Lúc bịn rịn ra về, Bích Thủy đặt vào tay tôi một xấp giấy học trò đã ố vàng bọc cẩn thận trong bao nylon trong suốt. Giọng buồn buồn, Bích Thủy nói thật mơ hồ: "Anh đọc hồi ký này đi, rồi buồn với chị em em".

Đời tôi có rất nhiều bạn bè, già trẻ lớn bé, nam hay nữ không thiếu một ai. Tất cả xa hay gần, giàu hay nghèo, bình dân hay quí phái đều lương thiện. Có người còn đó, có người đã chết đi. Người còn sống không nói làm gì, người chết thường hay để lại cái gì đó để người thân ôm lấy mà sầu mà thương mà nhớ. Như ông Lương Hữu Thế chẳng hạn.

Ông trung úy Biệt Kích Dù một thời oanh liệt này, từ khi rời khỏi căn gác xếp của người tình Huỳnh Thị Ngọc Trảng trên đường Lương Hữu Khánh, ông đã để lại trên gác một nỗi buồn sâu thẳm. Nỗi buồn đó trải dài trên từng trang giấy học trò ông Thế gọi là hồi ký. Lúc David quét dọn màng nhện trên trần nhà tình cờ tìm thấy xấp giấy đã vàng ố này, đúng lúc vợ chồng anh qua Canada, Bích Thủy mang theo.

Khi rút tập hồi ký ra khỏi bao nylon, việc đầu tiên đập vào mắt tôi là cái tựa "Hồi Ký Lương Hữu Thế" viết trong ngoặc kép. Sau chữ Hồi Ký, ba chữ Lương Hữu Thế được (hay bị) gạch bỏ bằng một gạch đỏ rất thẳng nét. Không biết ông Thế hay Ngọc Trảng đã dùng viết nguyên tử gạch bỏ tên họ Lương Hữu Thế với dụng ý gì đó. Cũng có thể là một cái "mode" của tựa đề không chừng?

Tôi chăm chú đọc từng trang hồi ký của ông Thế mà nghe lòng bùi ngùi. Dù không tin vào sự tuyệt tình của kiếp số, tôi vẫn phải tin vào vận mệnh thê thảm của hai con người: Lương Hữu Thế và Huỳnh Thị Ngọc Trảng. Trong xấp hồi ký của mình, ông Thế viết:

"Tôi, Lương Hữu Thế, thuộc thế hệ lớn lên trong chiến tranh. Là lính tác chiến sống chết ngoài mặt trận nhiều hơn trong thành phố nên tôi không còn tâm trí nghĩ đến chuyện yêu đương, cho tới khi tôi gặp Ngọc Trảng như một duyên phận đưa đẩy từ kiếp nào. Nhưng thời buổi loạn lạc, đường binh nghiệp vẫn đẩy tôi đi vào chiến trường nên dù yêu nhau tha thiết rất ít khi Ngọc Trảng và tôi ở bên nhau.

Rồi mất nước, đi tù Cộng sản tôi mới biết mình bị lừa. Từ trại tù "cải tạo" Suối Máu tới Bù Gia Mập tôi đã manh nha ý định vượt ngục. Khi nghe tin mình sắp chuyển trại ra Bắc, lợi dụng đêm khuya trời mưa như trút nước tôi trốn khỏi trại giam, như con thú bị săn đuổi tôi cố gắng chạy khỏi vùng này càng xa càng tốt.

Trại tù Bù Gia Mập cách Sài Gòn khoảng 80 cây số. Nếu đi bằng xe đò hay xe gắn máy mất chừng nửa ngày đường. Riêng tù trốn trại như tôi, dù nhờ trời phù hộ, cũng đã nuốt hơn nửa tháng trời tôi mới mò về tới Sài Gòn. Để tránh tai mắt soi mói quanh vùng, tôi chỉ di chuyển về đêm, vừa đi vừa nghỉ, cảnh giác cao độ và lẩn tránh tối đa khi trời vừa rạng sáng. Di chuyển ban đêm tuy lắm rủi ro nhưng có cái lợi là ít bị phát giác. Hơn nữa trong thời chiến, Biệt Kích Dù như chúng tôi lạc trong rừng dù ngày hay đêm đều biết thuật mưu sinh thoát hiểm. Đây là lúc tôi phải áp dụng để sống còn.

Khi biết mình đã chạy xa khỏi vùng kiểm soát của Bộ đội trại giam tôi vẫn đi nhưng chậm lại. Bằng mọi giá, tôi băng rừng, vượt sông, lội suối hướng về Sài Gòn. Mặc dù tôi cố nhín khẩu phần cơm cháy lén mang theo, nhưng sau một tuần cũng không còn sót hột nào. Tôi vẫn đi, đói thì ăn lá rừng, trái điều hoang, nuốt sống ếch nhái, uống nước suối, nước ao hồ cầm hơi. Đôi khi lủi vô ruộng bắp hay rẫy khoai mì của dân tôi trộm ăn lấy sức. Ngày thứ mười, khi băng qua ngọn đồi tre lồ ô tôi gặp hai vợ chồng người Thượng (vùng này dân tộc Sê-Tiêng chiếm đa số) đang ăn cơm dưới bụi tre thấy tôi xơ xác họ tốt bụng ngoắc vô cho ăn, tôi nhớ hoài.

Khi màn đêm vừa buông xuống tôi lột đôi giày rách bươm bơi qua sông bằng một bọng cây khô. Đây là chi lưu sông Vàm Cỏ Đông, con sông từng diễn ra nhiều trận đánh khốc liệt. Nhánh sông nhỏ thôi, nước lừ đừ chảy lấp lánh ánh sao trời đủ để tôi nhớ lại bài học vượt sông ngoài bãi tập Trường Bộ Binh Thủ Đức năm nào. Lên bờ trời lạnh run, chân đau buốt. Tôi cởi quần áo vắt khô rồi mặc vào mới thấy mình đuối sức. Chọn một nhánh cây vừa tầm tôi trèo lên ngủ dưỡng sức. Sáng sớm hôm sau đi thêm ba ngày nữa, tôi cố gắng lẩn tránh những nơi có người, có nhà dân, khu kinh tế mới, kể cả trại cùi…Cứ trong rừng mà đi tới chiều thì nghe tiếng xe hơi chạy trên đường lộ, tôi vội lùi sâu vô cánh rừng nằm rạp xuống nghe ngóng. Khoảng năm mười phút sau tôi nhổm dậy nương theo cánh rừng dọc con lộ lầm lũi vượt qua một ngọn đồi thấp thì gặp xe lửa chở hàng đang qua cầu chạy thật chậm. Tôi bám theo nhảy lên toa chứa hàng chui vào một lỗ trống ẩn núp. Dù mệt lả, con mắt nặng trĩu cố mở ra nhưng không cưỡng lại nổi, tôi phó mặc cho trời nhắm mắt ngủ lúc nào không hay. Khi tàu ngừng lại tôi mới biết mình vừa tới ga Bình Triệu.

Các trang kế tiếp, ông Thế kể về cuộc sống trôi sông lạc chợ của mình làm tôi liên tưởng tới một thời tôi cũng lang thang đầu đường xó chợ như ông. Tôi cũng quí ông Lương Hữu Thế ở sự tiết chế, ở lòng tự trọng, ở cái nhân cách của một sĩ quan Quân Lực Việt Nam Cộng Hòa tuy sa cơ thất thế ông vẫn đứng thẳng, không rụt rè, nhút nhát, không cúi đầu bi lụy. Ông viết:

Sài Gòn trời đất thênh thang vậy mà không một chỗ nào cho tôi dung thân. Suốt thời gian chạy trốn tôi luôn luôn nghĩ tới Ngọc Trảng, nôn nóng muốn gặp lại người phụ nữ tri kỷ của mình. Vậy mà khi đứng ở ngã ba đường Lương Hữu Khánh, Bùi Thị Xuân tôi lại băn khoăn. Nhìn lại mình, tôi không hề than thân trách phận, không oán trời trách đất hay trách cứ ai, nhưng sẽ tự trách mình nếu vì bản thân mà liên lụy tới Ngọc Trảng là điều không thể. Nghĩ vậy tôi lặng lẽ bỏ đi .Tôi đi nhưng không đi trong dáng đi của kẻ tuyệt vọng. Tôi đi đứng bình thường, tự nhiên như người tự do đi lại. Từ đó tôi sống như phường trôi sông lạc chợ giữa Sài Gòn đã đổi tên.

Cảnh đời có những cái bất ngờ khó có ai lường trước được. Oai hùng như ông Trung úy Biệt Kích Dù Lương Hữu Thế có lúc thấy ông cũng thật lạ đời. Từ khi bị lưu đày ngay trên quê hương của mình lòng ông lại... "nổ" ra thơ. Ông lính rừng trở thành nhà thơ thất chí. Thơ bạc phần bạc phước theo bước chân ông lang bạt kỳ hồ, đêm hôm cùng ông rúc đại vô cái hốc bà tó nào đó của nhà ga xe lửa chợ bùng binh, ngủ bậy:

"Nửa đêm nằm mộng thấy trời xanh. Trên thân tôi tàu chạy vòng quanh. Giựt mình tỉnh giấc tai còn thoáng. Một tiếng còi tàu rúc lạnh tanh".

Đêm lang thang ở Ngã Tư Bảy Hiền, ông không có nhà để ngủ, thấy quầy bán nước mía bên hè phố ông bèn rúc đầu vô trong lòng xe nằm co quắp, ông ngủ với câu thơ trào lộng vừa bi vừa hài:

"Một góc đen thui một góc đời. Tôi nằm trong đó ngủ buồn chơi. Nửa đêm gió lạnh thân co quắp. Trời thương trời đắp cái tả tơi".

Tôi không biết trên đời này có ai khác từng ngủ trong lòng xe nước mía như ông Thế hay không, nhưng tôi biết ông Thế không tài nào ngủ được vì chật, nóng, ngợp, muỗi, lạ chỗ, nhất là vì... ông mắc làm thơ nhớ em: "Tôi gặp em một đêm không sao. Con trăng chết giữa đám mưa rào. Vì yêu trong cảnh đời bạo ngược. Em vội biệt mù theo chiêm bao".

Thơ của "nhà thơ thất chí" như ông Thế quả là thê thảm, chẳng có cảnh nào vui. Ngay cả cái đêm ngủ lậu trên gác trọ, dù một đêm thôi, ông cũng cẩn thận nhờ cô bạn nhỏ chủ quán trọ tốt bụng khóa cửa ngoài để lỡ nửa đêm Công An thình lình đi xét "hộ khẩu" nghĩ phòng trống không ai ở. Ông Thế nằm lặng trong đó tha hồ nhai cái cơ cực cay đắng suốt đêm rồi cũng ứa ra thơ:

"Cửa phòng tôi khóa ngoài mấy lượt. Nằm bên trong ngủ thật ê chề. Nhiều đêm nghe tiếng đời xuôi ngược. Tưởng bước em xưa nhớ lại về".

Một khi con người khốn khổ đi đến tận cùng nỗi khốn khổ, cuối cùng trời cũng để mắt đoái thương. Lần này ông Thế kể thật thoải mái:

Một buổi sáng trời trong mây trắng gió hiu hiu, đời nghiêng nghiêng, thế thái nghiêng nghiêng xui tôi mò xuống bến Hàm Tử, nhằm giờ thiêng tôi "lượm" được một chân bốc vác hàng hóa trên những chuyến ghe cập bến. Trong số 13 người thợ, với sức làm việc của tôi gần gấp đôi người khác khiến cô Lỳn, con ông bà chủ ghe Chợ Lớn, mỉm cười hài lòng, song lúc đếm thẻ trả tiền cô không bao giờ nhìn thẳng mặt tôi. Tôi biết cô sợ vết sẹo chai lì, nổi cộm, dài sọc, xám ngoét như con đỉa trâu nằm vắt xéo trên gương mặt dữ tợn của "Thế chém" này. Cả những thầy thợ khiêng vác trên ghe thấy tôi ham việc cũng lườm lườm ra vẻ không ưa. Nhưng mà không sao, không sao. Miễn có cơm ăn áo mặc hàng ngày, ban đêm có ngủ bờ ngủ bụi cũng tốt. Miễn là đừng ai đụng tới mình là được rồi.

Ấy vậy mà có anh mặt rô Chợ Lớn, cũng thuộc giới thợ thuyền bốc vác dám vuốt râu hùm Lương Hữu Thế mới mệt. Hình như trong cuộc đời làm người hiếm khi ông Thế được yên thân. Ông kể:

Sẩm tối thứ bảy vừa xong việc, lãnh lương, tắm rửa, cơm nước dưới ghe xong tôi thay đồ lên bờ tản bộ về hướng chợ Cầu Muối tìm chỗ ngủ. Đã nhiều đêm tôi từng mò xuống chợ Kim Biên, Chợ Lớn ngủ bụi. Chợ Kim Biên nằm sát chợ vải, chợ đèn lồng, nổi tiếng sầm uất với đủ loại mặt hàng từ thượng vàng đến hạ cám. Chợ nằm trên đường Vạn Tượng bị nhiều cửa hàng lấn chiếm trở nên chật chội, bát nháo. Nhờ vậy ban đêm là chỗ tương đối lý tưởng cho những phần tử cù bơ cù bất như tôi ngủ bụi. Để tránh bị bắt, tôi phải thường xuyên đổi chỗ ngủ nên lần này tôi thả ngược về hướng Cầu Muối trú đêm.

Ánh trăng thượng tuần tháng tám chờn vờn trôi dưới sông kéo tôi xuống bến ngắm con trăng đục ngầu. Ngồi trên mỏm đá chung quanh không có bóng người lai vãng, vừa châm điếu thuốc chợt nghe có tiếng "Nó đó! Mã đại ca!" (bằng tiếng Tàu) là tôi biết có chuyện rồi.

"Mã đại ca" tức Mã Tèn, từng là tay khét tiếng trong giới giang hồ đại đạo. Mã Tèn chuyên sử dụng ngón Cầm Nã Thủ và Long Trảo Thủ để hạ những tên sừng sỏ ở cả hai vùng Bình Đông, Bình Tây, Chợ Lớn. . Có lần giành địa bàn làm ăn, Mã Tèn mạnh tay đánh chết địch thủ nên đã bỏ trốn qua Vân Nam. Nhiều năm y biệt tích giang hồ chúng nay y lại tái xuất ở đây.

Nhìn ra tôi thấy một đám lô nhô đang hùng hổ bước tới. Lúc chúng tới gần tôi mới nhận ra thằng Nghiềm mặt la mày lét, cùng đội bốc vác với tôi dưới bến Hàm Tử. Hàng ngày vào giờ giải lao nó hay rề rà bên tôi nịnh hót, điếu đóm, ai ngờ nó "cõng rắn" tới mổ tôi đây. Thời trôi nổi trong giới giang hồ tôi đã quá quen cái cảnh ỷ thế hiếp cô nên tôi vẫn tỉnh bơ ngồi hút thuốc phà khói về hướng bọn chúng.

Dưới ánh trăng lờ mờ, bọn chúng có sáu tên mặt mũi choẹt, trừ tên xì thầu "Mã đại ca" bụng bư, đầu trọc lóc, mắt hí rị, ria mép lơm xơm là đáng mặt đại ca. Đứng xoạc cẳng trước mặt tôi, tên "Mã đại ca" hất hàm xẳng giọng: "Nị. Lương Hữu Thế?". Búng điếu thuốc xuống sông, tôi chĩa ngón cái váo ngực mình, gật đầu xác nhận: "Ngộ. Lương Hữu Thế".

Chỉ chờ có vậy, tên "đại ca" nhào tới xòe bàn tay dùng thế Cầm Nã Thủ chộp vào mặt tôi một cú vô cùng ác liệt. Người bị dính đòn này không mù mắt cũng tan nát mặt mày, tê liệt tứ chi không tử vong cũng bất tỉnh. Né tránh cú Trảo pháp sắc bén đó tôi biết tên này đích thực có nghề. Chộp hụt cú đầu tên đại ca biết tôi không phải tay vừa, hắn vội bước lùi ba bước xuống tấn thủ thế. Đã lâu rồi tôi không dụng võ, nay có tên xì thầu Chợ Lớn đánh thức nó dậy. Thuở thiếu thời tôi được một ông thầy võ lang thang ngoài Bình Định vô dạy tôi vài chiêu thức phòng thân. Về sau đi lính ở Nha Kỹ Thuật tôi học thêm nhiều môn phái khác, nhất là phái võ Taekwondo, chuyên tấn công địch thủ. Tuy nhiên lần này gặp kình địch tôi đâm ra thận trọng hơn.

Đoạn tôi thích nhất là sự thành thật của ông Lương Hữu Thế. Thành thật là một trong những bài học về đức tính mà người lính Việt Nam Cộng Hòa được trau dồi trong thời kỳ huấn nhục ở quân trường. Dù quần nhau dữ dội nhưng ông Thế không giấu chuyện ông thường bị dồn vào thế hạ phong. Lương Hữu Thế với hỗn danh "Thế chém" thuở giang hồ, "Thế độc" thời ở lính, không phải lúc nào cũng là siêu nhân đánh đâu thắng đó. Gặp địch thủ cao tay hơn Lương Hữu Thế có phần yếu thế. Ông kể:

Họ Mã rõ ràng là tay giang hồ hiếu chiến. Bị tôi đấm tét môi tóe máu, ngã xuống đất Mã Tèn vẫn bình thản bám chặt chân trái xuống đất lầy, chân phải giơ lên sẵn sàng trả đòn nếu tôi ập xuống. Gặp tay lợi hại tôi vẫn đứng yên chờ y nhỏm dậy. Quệt máu ứa trên mép chùi vào quần, Mã Tèn lại đi vài đường quyền rồi lao vào tôi. Y dùng hư chiêu bên trái, nhưng thực chiêu lại ở bên phải, xoè năm ngón tay Cầm Nã Thủ cứng như thép nguội chộp vào yết hầu tôi. Tôi ngả người ra sau né tránh nhưng không tránh được móng vuốt bén nhọn chụp xuống bả vai tôi cào rách toạc ống tay áo kéo theo một lằn dài xước thịt nhòe máu. Thấy tôi loạng choạng giựt lùi, họ Mã không bỏ lỡ cơ hội, dùng thế liên hoàn cước phóng lên đá vào bụng tôi té ngửa, tưởng nằm luôn song vì ý chí quyết đấu, vì danh dự tôi vùng dậy.

Lạ một điều là ngoài những tiếng hầm hè, đấu đá nhau kịch liệt giữa hai đối thủ, tuyệt nhiên bọn đàn em đứng ngoài đều kín tiếng. Hình như "Mã đại ca" dặn trước không cho chúng reo hò cổ võ ầm ĩ, gây náo động dễ bị Công An, phường đội tới vây bắt. (Bạn đọc đều biết Mã Tèn lẫn Lương Hữu Thế, cả hai ông đều đang sống ngoài vòng pháp luật).

Tuy cánh tay bị thương, họ Lương vẫn bình tĩnh đối phó tình huống bằng cách đổi cách đánh. Ông viết:

Xưa nay Lương Hữu Thế tôi không quen biểu diễn đòn phép hoa mỹ lòe thiên hạ, tôi đánh là xáp vô đánh. Lần này tôi dùng cước pháp, một nghệ thuật đặc thù rút từ võ cổ truyền Việt Nam do võ sư Ba Nhọn, ông thầy võ lang thang truyền thụ. (Tôi ngờ

rằng ông họ Lương này chơi đòn chính trị: Giao Chỉ triệt Tàu phù).

Thấy tôi thi triển cước pháp, Mã Tèn có vẻ dè dặt hơn. Nhưng bổn tính hiếu thắng y gầm ghè xông tới. Bất thần Mã Tèn phục xuống vận nội công định chụp hai chân tôi hất lên, nhưng... Thay vì lùi lại tôi phóng lên song phi vào mặt để hở của Mã Tèn "bốp, bốp" khiến y bật ngửa. Hoảng hốt "Mã đại ca" lồm cồm bò dậy, loạng choạng giựt lùi ra xa. Để kết thúc trận đấu tôi lao tới gần địch thủ, nhanh nhẹn chúi xuống chấm hai tay trên mặt đất làm điểm tựa tôi tung người lên lia cả hai ngọn cước "hốt xác" vào ngực Mã Tèn. "Hự! lên một tiếng, Mã Tèn gập người xuống ôm ngực, miệng hộc ra từng búng máu. Tôi trụ hình, định thần nhìn đám đàn em của Mã đại ca mới thấy chúng đứng chết trân tại trận.

Nôn nả lật qua trang hồi ký kế tiếp để xem ông Lương Hữu Thế xử trí ra sao sau trận đánh kết thúc. Ông sẽ đi đâu, về đâu hay làm gì để tồn tại trong cuộc sống vô cùng nghiệt ngã này, nhưng tôi chợt khựng lại. Tôi nhận ra bản copy thiếu mất trang 12, 13, 14 và 15. Coi lại các trang đầu tôi thấy rõ ràng ông Thế đã cẩn thận đánh số thứ tự ở dưới góc phải mỗi trang giấy. Vì vậy tôi ngờ rằng trên bốn trang thất thoát này, hẳn ông Lương Hữu Thế đã viết ra trường hợp nào ông và người tình Huỳnh Thị Ngọc Trảng gặp lại nhau, và làm thế nào Ngọc Trảng đưa được ông Thế về nhà, giấu ông trên căn gác xếp suốt nửa năm trời mà không bị phát giác. Về cuộc sống mới trên căn gác nhỏ, ông Thế kể:

Khi tôi đã an trú trên gác đâu vào đó, cũng như tìm được chỗ ẩn núp an toàn trên máng xối, nếu đêm hôm bị Công An xét nhà, Ngọc Trảng mới cho biết: "Em và mạ em ngủ trên ni, anh nờ. Nhưng ít khi mạ về lắm. Vì lo quán xuyến vườn lan và nông trại rau quả trên Đà Lạt nên hàng tháng mạ chỉ gởi tiền về nuôi tụi em, vì rứa chỉ có em ngủ trên ni thôi, anh nờ".

Tuy nhiên, để tránh bị mấy đứa em ở dưới nhà phát giác có "kẻ lạ" trên gác, ngày cũng như đêm chúng tôi tránh đi lại để giảm thiểu tiếng động. Không được cựa mình mạnh, thở mạnh, tránh ho hen, tránh nói chuyện, chỉ ra dấu, khi cần mới bút đàm. Người con gái Huế tánh tình vốn dịu dàng, đôn hậu, nhưng một khi liều lĩnh thì không ai bằng. Trong đôi mắt đẹp mà buồn vời vợi của Ngọc Trảng, ngoài tia nhìn âu yếm, yêu thương tôi hết lòng, thỉnh thoảng lại ánh lên nỗi âu lo phiền muộn. Sau một tháng trú ẩn trên gác, nhiều lần tôi có ý rời khỏi để tránh liên lụy tới Ngọc Trảng và gia đình, nhưng tôi được đáp trả bằng những cái lắc đầu cương quyết từ chối. Lúc đó, lúc phật ý, đôi mắt Ngọc Trảng có lửa, lửa yêu thương, lửa giận hờn. Đôi mắt đó đẹp quá, đẹp đến hút hồn làm tôi nhiều khi không dám nhìn vào.

Đôi mắt của một cô gái biết yêu người, biết giúp đỡ, chiều chuộng và thủy chung hết mực, nhưng sao lại buồn đến vậy và yếu mệnh vô chừng.

Mỗi buổi sáng chở ba đứa em tới trường về Ngọc Trảng đưa tôi xuống dưới nhà tắm rửa, vệ sinh xong tôi dợt lại vài đường quyền cho giãn gân giãn cốt rồi rút lên gác ngay. Dù sao quẩn quanh trong cái thế giới u uẩn, chật chội, nhỏ bé của căn gác này, ông trời vẫn để tôi sống bình yên và Ngọc Trảng đã cho tôi biết bao hạnh phúc. Tôi như ông Trùm một cõi. Như ông vua không ngai mà Ngọc Trảng là ái khanh, là phi tần mỹ nữ. Ngày đêm tôi được cung phụng đủ điều. Được chiều chuộng, yêu thương, được cho tất cả. Rảnh rỗi tôi đọc sách; con mọt sách tưởng đã chết trong chiến tranh lại thức dậy, lại bò vào sở thích của tôi. Được dịp, Ngọc Trảng hoan hỉ rinh về một lô sách đủ loại cho tôi đọc. Tôi say sưa đọc cho qua ngày đoạn tháng. Rồi cái con người súng đạn trong tôi lớ ngớ làm sao lại mọc ra những thơ và thần. Tôi hí hoáy làm thơ và hì hục viết hồi ký. Có điều chữ nghĩa trong tôi trút xuống trang giấy hễ đọng lại là toàn những mẩu chuyện buồn. Là vì đời tôi có bao giờ được vui đâu. Có những buổi chiều lén mang cơm nước lên gác cho tôi, thấy tôi ngồi im như tượng, con mắt trống lơ nhìn vào đâu đâu, Ngọc Trảng lại ứa nước mắt. Người tình bé nhỏ của tôi lại sà xuống vỗ về, an ủi tôi, thủ thỉ bên tai tôi những lời lẽ hiền hòa cố hữu của người con gái Huế.

"Răng anh cứ buồn hoài rứa?". Ngọc Trảng thường nói với tôi như vậy. Hay tại tôi quen tự do bay nhảy, quen lăn lộn trong chốn giang hồ, quen chiến đấu ngoài mặt trận, vì thời thế, vì vận nước đổi thay đã ảnh hưởng tới bản tính của tôi? Cũng có thể do tôi lo lắng hay lo xa sợ mất Ngọc Trảng trong một biến cố đột ngột nào đó. Thực lòng mà nói lúc lao mình trong hòn tên mũi đạn, giành giựt từng tấc đất, từng sự sống giữa trùng trùng cái chết nên khi trở về thành phố, không như những người lính khác, tôi thờ ơ với tất cả đàn bà con gái. Thực lòng tôi, Lương Hữu Thế, đã nghĩ như vậy cho tới ngày tôi gặp Ngọc Trảng trong khuôn viên Tao Đàn Sài Gòn. Cái đẹp trong sáng đầy sức sống của người con gái ấy đã đánh thức trái tim ngủ lịm của tôi trong một thời gian thật dài. Và cuộc gặp gỡ trong vườn Tao Đàn trưa hôm đó hẳn là duyên nghiệp từ kiếp nào đột ngột sút ra trôi về đây để hai con người chúng tôi tìm thấy một nửa đời nhau. Tôi biết tôi yêu quí Ngọc Trảng biết chừng nào, vì đó là người phụ nữ đầu tiên của đời tôi.

Cái đẹp vượt bực của Ngọc Trảng là do trời ban đã đành ngược lại thay vì kiêu sa, kiêu hãnh, kiêu kỳ gì đó, Ngọc Trảng của tôi lại dịu dàng, đôn hậu, nhiều khi thật hồn nhiên. Có những buổi trưa, chiều hoặc tối, sau lúc mặn nồng, Ngọc Trảng ngủ luôn trên mình tôi, tóc xõa xuống đẹp như một thiên thần và hồn nhiên như một em bé. Những lần như vậy, tôi nhẹ nhàng ôm lấy Ngọc Trảng, nằm im nghe hơi thở dịu nhẹ và nghe tiếng đập của trái tim người nữ nồng nàn.

Thời gian ẩn náu trên căn gác, chúng tôi sống, hay tôi sống như một Anne Frank thời đại. Tôi không còn nhớ từ bao giờ tôi đã tách rời khỏi thế giới bên ngoài, cái thế giới đầy nhiễu nhương nhưng ràng ràng trước mắt, có thể nghe được, ngửi được, với tới được nhưng tôi không tài nào chạm vào được. Thời đệ nhị thế chiến, Hòa Lan bị Đức quốc xã chiếm đóng rồi diễn ra cuộc biểu tình bài người Do Thái, buộc cô bé Ann Frank và gia đình ẩn trốn trong một căn nhà kho ở Amsterdam. Năm 1944 gia đình cô bé bị phát giác, bị bắt nhốt vào trại tập trung Auschwitz, Ba Lan, cuối cùng chuyển đến Bergen Belsen, Anne Frank cùng mẹ và chị gái đã chết ở đó.

Hồi ký Lương Hữu Thế viết tới đây là hết, mấy trang sau không thấy viết thêm chữ nào. Nếu đọc lại truyện Gác Xếp của tôi trên facebook, bạn đọc sẽ nhớ ra đêm định mệnh xẩy ra tại căn nhà chị em Huỳnh Thị Ngọc Trảng trên đường Lương Hữu Khánh ra sao. Tôi mạn phép sơ lược lại: Cái đêm tịch mịch đó, mẹ của Ngọc Trảng trên Đà Lạt đột ngột trở về khiến Lương Hữu Thế phải lìa khỏi tổ ấm. Đã vậy ông Thế còn mắc cái eo. Lúc đu tưởng tuột xuống hẻm ông đụng phải hai tay phường đội tình nghi ông ăn trộm bắt ông giải về đồn Công An. Dĩ nhiên

Lương Hữu Thế không phải là kẻ trộm nên ông buộc lòng chống cự lại để chạy thoát thân. Đúng lấp ló trên ban-công nhìn xuống Ngọc Trảng chứng kiến cảnh đau lòng trong ràn rụa nước mắt. Chính Ngọc Trảng không ngờ lần bỏ chạy đó lại là lần cuối cùng ông Thế chạy ra khỏi cuộc đời cô.

Viết tới dòng này hình ảnh gác xếp buồn hiu hắt lại hiện về trong trí nhớ tôi. Cái gác xếp của 40 năm trước từng là tổ ấm bí mật của đôi uyên ương bạc phận. Và cây vú sữa trong sân nhà, khi tôi hỏi Bích Thủy nói vẫn còn đó, cũng là nơi ông Thế từng ngủ qua đêm trên chẳng ba. Ngày nay, sau 40 năm dâu bể trôi qua với biết bao biến thiên trong lịch sử, trong xã hội, trong đời người, mọi sự đều đã đổi thay đến tận cùng gốc rễ. Qua facebook, Tuyết, em tôi cho biết hiện nay đường Lương Hữu Khánh vẫn không đổi tên, nhưng căn nhà xưa có cái gác xếp và cây vú sữa không còn nữa.

Đọc qua tập Hồi Ký Lương Hữu Thế tôi chắc bạn đọc cũng nhận ra cái kết thúc của hai người thật là cay đắng. Nhưng nghĩ cho cùng, Lương Hữu Thế được ông trời dành cho một niềm an ủi. Đó là ở cái tuổi 30, một người dãi dầu sương gió như ông Thế lần đầu tiên mới hiểu thế nào là tình yêu đôi lứa Ngọc Trảng đã ban cho ông tất cả. Ngọc Trảng, cô gái đất Thần Kinh thông minh, hiền hậu và thủy chung, là mối tình đầu cũng là mối tình cuối tuyệt vời của ông, Lương Hữu Thế.

Con Chèm Chẹt

gởi Yến Nhi, nhớ Phan Huỳnh Trí

Ông bà Năm Hiền có sáu người con, ba trai, ba gái. Năm người con lớn đều sanh ở quận Kiên An, thị trấn Thứ Ba, tỉnh Rạch Giá, riêng cô út sanh ở Chèm Chẹt.

Trước kia, từ thị trấn Thứ Ba đi Chèm Chẹt mất chừng một giờ tàu đò, không như ngày nay nghe nói chỉ mất khoảng ba mươi phút đường xe. Từ Thứ Ba đi Chèm Chẹt đò phải qua xã Chắc Kha đi thêm mười phút mới tới Chèm Chẹt, đa số người Khmer sống ở đây bằng nghề làm ruộng. Kinh Chèm Chẹt phát nguồn từ cửa sông Cái Bé.

Trước 1975, gia đình ông bà Năm Hiền là một trong những bậc đại phú ở thị trấn Thứ Ba, trung tâm hành chánh của quận. Ruộng ông Năm cò bay thẳng cánh. Lẫm lúa cao ngất trời thiên. Chủ của bốn chiếc ghe chài trọng tải từ ba tới bốn năm trăm tấn.

Tuy giàu có, nhưng ông bà được tiếng là người nhơn đức, thường giúp đỡ người khác, bà con chòm xóm ai cũng nể trọng. Nhà cao cửa rộng vậy, nhưng con cái đều gởi ra tỉnh học khiến cảnh nhà trống huơ. Để lấp đầy khoảng trống, ông bà Năm Hiền cho các cô giáo trẻ ngoài tỉnh vô Thứ Ba dạy học mướn phòng ốc với giá lấy lệ. Ngoài ra các ông sĩ quan trong thị trấn cũng thường ăn cơm tháng ở nhà ông bà, do người làm nấu nướng. Thiếu úy Phan Đình Chí cũng ăn cơm tháng ở đây.

Thiếu úy Chí thuộc đơn vị Nghĩa Quân có nhiệm vụ giữ an

ninh làng, xã. Tuy trực thuộc Bộ Tổng Tham Mưu nhưng Nghĩa Quân đặt dưới quyền điều động trực tiếp của các Tiểu khu, Chi khu (Quận). Được biết tiền thân của đơn vị Nghĩa Quân là đồn Dân Vệ, nơi xưa kia là đơn vị hành chánh Kiên An do người Pháp thành lập đầu năm 1936, trụ sở đặt tại chợ Thứ Ba.

Sau 1975, chế độ miền Nam Cộng Hòa sụp đổ, thị trấn Thứ Ba cũng tan hoang. Ông quận trưởng Trần Cối bị Cộng quân bắt xử bắn tại chợ Kiên An, buộc các bổn phố phải tới chứng kiến chúng xử tử ông để răn đe. Mặt khác, các quân quyền chế độ cũ được lệnh trình diện tập trung học tập "cải tạo" tại trại Thứ Bảy Kinh Làng, huyện U Minh Thượng, trong đó có thiếu tá Thần Hổ và thiếu úy Phan Đình Chí.

Học tập đường lối xã hội chủ nghĩa không bao lâu, các chức sắc, đoàn thể chính trị, tổ chức tôn giáo trọng yếu của thị trấn lần lượt chuyển trại đi nơi khác, một số bị đày ra Bắc. Đúng lúc đó đại úy Luân, trung đội trưởng Nghĩa Quân, sếp của thiếu úy Chí, giả dạng thường dân trốn lánh ở kinh Chèm Chẹt bị Công an phát giác bắt dẫn về trại Kinh Làng. Lúc bị tống vô phòng tối cùm chân, thiếu úy Chí kịp nhìn thấy mặt mũi ông Luân sưng vù, bầm tím, máu còn rỉ hai bên mép.

Cuộc đời của thiếu úy Phan Đình Chí vốn trôi nổi như dòng sông dài, khởi nguồn từ sông Hương, Thừa Thiên Huế, luồn theo thời gian mà chảy hoài, chảy mãi xuống tận vùng đất hẻo lánh miệt thứ Kiên Giang. Dưới thời Pháp thuộc, "miệt thứ" là nơi xa xôi hẻo lánh có các kinh rạch được đặt theo số thứ tự, từ Thứ Hai (thuộc địa bàn quận Kiên An) tới Thứ Mười Một (quận An Minh), nơi kết thúc của miền đất Kiên Giang.

Tóm lại, Rạch Giá có tổng cộng 10 con rạch xuôi theo dòng kinh Xẻo Rô đổ ra biển.

Ngày tháng lầm lũi trôi đi như những con tàu xuôi về nơi xa xôi nào đó.

Một hôm, sau giờ lao động, ngồi trên bờ kinh, nhìn tàu đò qua lại thiếu úy Chí có cảm tưởng như con đò trôi ra khỏi nỗi buồn nặng trĩu của mình. Sống trên đất Rạch Giá đã nhiều năm, ngoài nhiệm vụ bảo vệ an ninh làng xã, thiếu úy Chí không để ý gì tới vùng đất *"Kiên An đi dễ khó về"* này, lúc sa cơ ở miệt Kinh Làng tự nhiên ông nhớ tới nỗi niềm quê quán của nhà văn Sơn Nam: *"Xứ quê của tôi (Rạch Giá) là con rạch mà nơi cửa biển mọc nhiều cây giá nguyên sinh, cây giá giờ đã biến mất, nhưng đã để lại một địa danh, một thành phố hiện đại."*

Đang thả hồn lang thang trong gió, ông Chí chợt tỉnh người khi đại úy Luân xề xuống vỗ vai hỏi còn nhớ gia đình ông bà Năm Hiền không. Nói nhớ nhưng thật tình khi Cộng quân tràn vô Thứ Ba, thiếu úy Chí bị bắt ngay tại trận ông đâu còn biết gì.

Đại úy Luân nói tình cờ gặp ông Năm Hiền ở kinh Chèm Chẹt, ông Năm cho biết gia đình bị đánh tư sản, nhà cửa, ruộng vườn, ghe chài bị tịch thu buộc cả nhà phải dọn ra khỏi thị trấn. Sếp Luân trầm giọng kể khi ghe chở gia đình ông Năm vừa tấp vô bờ kinh Chèm Chẹt thì trời ngắc ngứ đổ mưa. Lúc đó bà Năm đang mang thai vào thời kỳ đầy mồ hôi và nước mắt, vừa lóp ngóp lên bờ bà sơ ý trợt chân té nhào rồi đẻ rớt đứa con ngay bên bờ kinh Chèm Chẹt. Lúc đó cả nhà đều bấn loạn nhưng khi thấy mẹ tròn con vuông mọi người mới xuýt xoa gọi con bé đẻ rớt là "con Chèm Chẹt". Riêng ông Năm lại thích gọi "con gái rượu đẻ rớt" của ông là Nữ Nhi Hồng.

Ngày tháng vẫn lầm lũi trôi trên dòng kinh Thứ Bảy, nơi trại Thứ Bảy Kinh Làng, tự nó đã là một cõi lưu đày.

* * *

Hai mươi năm sau, cựu thiếu úy Nghĩa quân Phan Đình Chí tình cờ gặp lại bà Năm Hiền trong chợ Phước Lộc Thọ, Quận Cam. Dĩ nhiên bà Năm đã già đi nhiều, nhưng trông bà vẫn khỏe mạnh, hiền lành, phúc hậu. Bên cạnh bà là một thiếu nữ độ tuổi đôi mươi, vóc dáng thon thả, nhẹ nhàng, đằm thắm. Mái tóc đen tuyền ôm lấy gương mặt thanh tú, nhưng đôi mắt đẹp trinh nguyên có ánh nhìn tha thiết lại ánh lên một nỗi buồn. Dù bà Năm không nói ra nhưng ông Chí cũng đoán biết đó là cô Út đẻ rớt trên bờ kinh Chèm Chẹt năm nào.

Cuộc đời ông Phan Đình Chí từ lâu sống một mình tưởng đã thành thói quen, ấy vậy mà khi nhìn hai mẹ con bà Năm Hiền đi khuất bên kia đường tự nhiên cái cảm giác mất mát làm máy động lòng ông. Đời ông chưa bao giờ cảm thấy mất mát nào giống như vậy, cái mất mát đã nảy sinh trong ông niềm lưu luyến lạ kỳ.

Chính đôi mắt đẹp mà buồn kia như nói với ông bằng sự giao cảm thay vì bằng lời. Chỉ đến lúc đó, ông mới ngộ ra con mắt có khác nào trái tim tình yêu. Mà đã là tình yêu thì chính ông cần phải hiểu tình yêu qua trái tim, ông phải biết rung cảm.

Nhưng mà ở đời ai biết trước việc gì sẽ xảy ra. Như ông Phan Đình Chí chẳng hạn. Buổi tri ngộ tình cờ đó như thiên duyên tiền định để sau này tình cảm ông Chí gắn bó với cô út, con của ông bà Năm Hiền, dù chỉ một đoạn đời.

Đoạn kết

"Dạ, Út cũng nghĩ vậy. Anh Chí và Út đúng là có mối duyên tiền định, dù chỉ là một đoạn thời gian, như ông anh nói."

Thưa độc giả, "ông anh" đây là người viết ra câu chuyện kể trên; còn Út là cô Nữ Nhi Hồng, con gái út đẻ rớt của ông bà Năm Hiền ở kinh Chèm Chẹt xưa kia. Khi lập gia đình, cô Út theo chồng sống ở Canada đã nhiều năm, lần đầu tiên mới trở về thăm lại cố hương. Lúc cô xuống Thứ Ba Biển tìm gặp tôi, thú thật ngót năm mươi năm rồi làm sao tôi nhận ra ai nhưng khi cô xưng danh tôi nhớ ra ngay. Tôi vẫn còn nhớ lúc lo cho gia đình ông bà Năm Hiền đi vượt biên thì cô Út mới lên năm. Nay cô đã ngoại tứ tuần trông thật giản dị, hiền lành, thậm chí vẫn chưa gột hết chất quê. Thật thân tình cô nói cô có đọc truyện Con Chèm Chẹt của tôi đăng trên facebook, nhưng *"nó"* không có *"happy ending"* như tôi tưởng mà ngược lại. Nhỏ nhẹ, từ tốn, có chút bùi ngùi cô nói anh Chí (tức ông thiếu úy Nghĩa quân Phan Đình Chí) mất vừa tròn ba năm. Anh yêu cô, đến với cô, lo cho cô tươm tất mọi bề rồi anh mãi mãi ra đi.

Nghe những lời tâm tình của cô Út tự nhiên tôi cảm thương cô lạ lùng. Mặc dù ông Phan Đình Chí mất cũng đã ba năm, nhưng khi nhắc lại nỗi oan khiên, bất hạnh của người chồng thân yêu, cô cố cầm nước mắt, vừa nói cô vừa cười rưng rưng.

Đời người như con sông trôi. Cha mẹ và người chồng thân yêu của cô đã trôi xa mịt mù. Nay cô Út lại từ giã quê đi, cái dáng đi toát ra một nỗi buồn buồn. Thương cảnh đời cô Út lẻ loi tôi sực nhớ ra con kinh Chèm Chẹt năm xưa như cũng biết run rẩy trước một người đi.

Cô Út đi xa, xa dần, xa hoài, xa mãi, biền biệt mà không còn thấy cô trở lại quê nhà.

A Nứng

Xin thưa ngay "A Nứng" còn gọi là "Chế hu" vốn là ngôn ngữ của người Triều Châu, tiếng Việt gọi là "anh rể".

Người Tiều xuất xứ từ Triều Châu, Trung Hoa, di cư đến miền Nam Việt Nam vào thế kỷ 17. Dù hòa nhập với cộng đồng người bản xứ nhưng ngôn ngữ mẹ đẻ của người Triều Châu vẫn là tiếng Tiều và vẫn giữ nét văn hóa cổ truyền của dân tộc mình. Tuy nhiên sau này ngày càng tiếp xúc gần gũi với người Việt, có vài từ không phù hợp nên họ không còn dùng, điển hình như "A nứng" được thay bằng "Chế hu".

Nhớ lại ngày xưa, khi ông chồng người Tiều của người chị gái mất, cô em vợ kể lể khóc than:

- *A nứng ơi a nứng à! Hồi còn sống nứng lên nứng xuống, giờ chết rồi còn ai lên xuống, nứng nỡ bỏ đi tức tưởi như vầy nè. Rồi đám con nheo nhóc sống làm sao đây hả, a nứng ơi là a nứng! (*)*

Hồi nhỏ trong xóm Triều Châu tôi nghe tiếng than khóc người chết kiểu như vầy có gì là lạ đâu. Phong tục tập quán của người Tiều là vậy. Hơn nữa, tôi là con gái Triều Châu chính cống mà. Song tới hồi vừa chớm biết yêu, đi học trường Việt nói tiếng Việt, về nhà nói rặc tiếng Tiều tôi mới thấy kỳ cục, đừng nói là mấy con bạn cùng lớp nghe tiếng "a nứng" là mắc cở đỏ mặt tía tai, có đứa lấm lét thụt lui. Báo hại hôm sau đi học tôi giải thích hết nước miếng vậy mà có đứa còn che miệng cười rúc rích, kề tai tôi chọc quê: "Ái da! A muối a! Ngộ ái nị lớ…" Tôi lại mắc công đính chánh: "Không phải 'ngộ ái nị' mấy bồ ơi. Ngộ ái nị là tiếng Quảng Đông, tiếng Tiều của tui là 'Úa ái lứ', hiểu chưa?".

Sức mấy tụi nó chịu hiểu. Đứa thì la tiếng Tiều của bồ nghe sao sao, cứ như trẹo bản họng, rồi cong mỏ xổ luôn một tràng tiếng lái: "Dzách cô dàm xám cô xường tại a!". Thấy tôi ngớ ra nó mới dịch nghĩa là "Một cô dành với ba cô trái xoài tượng". Nghe vậy có đứa hùa theo, mang Quảng-Tiều ra chơi luôn: "Thấy nị hẩu leng, ngộ ái nị nên ngộ... *'a nứng'* a!", nói xong vụt bỏ chạy rớt cả tiếng cười tót tét lại phía sau. Thiệt quá quắt!

Thời xa xưa nội tổ tôi là người Minh Hương ở bên Tàu qua Việt Nam chọn đất Rạch Giá làm ăn sinh sống, lần hồi sanh con đàn cháu đống cho tới ngày nay. Hồi đó, các bô lão Triều Châu rất thủ cựu, qua xứ người ta còn mang theo đầu óc kỳ thị, không bao giờ gả con gái Tiều (Ka-kỳ-nán) cho con trai Việt (An-nàm-nán). Đừng nói chi xa, thời của tôi còn bị vậy huống hồ là trước kia.

Chế Lán, chị bà con cô cậu của tôi lỡ yêu anh trung sĩ thủy thủ Xẻo Rô bị người nhà cạo đầu nhốt trong nhà, nhẫn tâm cắt đứt mối tình đầu của chị. Rốt cuộc anh lính thủy Việt chay buồn tình xin đổi ra đơn vị Hải quân khác; còn chế Lán, lỡ thời con gái vẫn ở vậy. Nay chế đã ngoài 70.

Người Triều Châu bỏ xứ ra đi, họ muốn phát triển dòng giống, duy trì văn hóa thì cũng tốt thôi. Tuy nhiên đời sống ngày càng văn minh, thế sự đổi thay, quan niệm hôn nhân đa phần cởi mở hơn, ngày nay ít còn ai phân biệt Ka-kỳ-nán hay An-nàm-nán gì, hễ thương nhau, thề nguyền đâu từ kiếp trước trai Việt gái Tiều đều nên duyên chồng vợ, không còn ai phàn nàn.

Chính tôi và mấy cô bạn Tiều rặc ngày xưa trong xóm, năm cô đã hết ba lấy chồng Việt, cũng ăn nên làm ra, chồng con đề huề hạnh phúc như ai. Riêng tôi không những lấy chồng Việt mà còn lấy ở tận Bạc Liêu lận. Thập niên 1950, đường Rạch Giá Bạc Liêu đâu có dễ gì lên xuống. Vậy mà ông tơ bà nguyệt cột làm sao mà Chệt Xiếm lại gả tôi cho ông chồng xứ cá chốt Bạc Liêu không biết. Ngày xách gói theo chồng trong bụng tôi còn nghe tiếng khóc thầm:

"Má ơi đừng gả con xa
Chim kêu vượn hú biết nhà má đâu"

Nhơn tiện đây tôi mạn phép nói thêm.
Rằng người Triều Châu ở Rạch Giá đông không thua gì người Triều Châu ở Bạc Liêu. Thời khẩn hoang miền Nam có lẽ địa thế Bạc Liêu dễ thở hơn Rạch Giá "thị quá sơn trường" nên đông đảo người Triều Châu đặt chân tới trước để rồi tồn tại mãi trong câu ca dao bất hủ:

"Bạc Liêu nước chảy lờ đờ
Dưới sông cá chốt trên bờ Triều Châu".

Tuy nhiên trong ca dao của những bậc tiền nhơn để lại, Rạch Giá cũng đâu thua kém gì, cũng muôn đời không hề tắt mất tiếng vẫy vùng kinh thiên động địa của các loài dã thú trên cạn dưới bờ kia:

"Rạch Giá thị quá sơn trường.
Dưới sông sấu lội, trên rừng cọp um".

Ngày nay, sông còn đó, rừng còn đó, nhưng không còn sấu lội, cọp um. Tất cả, những bước chân khẩn hoang của những con người coi trọng tiết tháo, khinh thường gian lao, cực khổ đã sánh vai cùng dã thú đi sâu vào trong ca dao. Những tưởng họ đã yên nghỉ ngàn đời trong đó, nhưng không, người và thú vẫn tồn tại.

Họ có đó, còn đó và mãi mãi còn đó trong tâm hồn con người quê hương chất phác miền Nam.

(*) Cô em vợ kể lể trước cái chết của *A nứng* ông tức anh rể: *"Hồi còn sống nứng lên nứng xuống..."* ý nói hồi còn sống ông anh rể đi lên đi xuống thăm người nhà bên vợ... Nay còn đâu.

Chuyện Ông Tây Ở Hòn Đất

Dằn ly xuống chiếu cái kịch, Morgan khè ra một hơi dài sảng khoái xong ông nhướng cặp mắt kéo mây nhìn tôi mà như nhìn đâu đâu, miệng lầm bầm:

- Hồi còn trẻ, hắn nổi tiếng ở dơ thầy chạy.

Từ hồi nào tới giờ Tây lai Morgan vẫn vậy. Đang ngon trớn kể chuyện này bất thần ổng bẻ cái rẹt qua chuyện nọ như chơi, mới đầu tôi còn ú ớ riết rồi quen. Ông Morgan hơn tôi chẵn chòi hai mươi tuổi đời, ổng coi tôi là bạn vong niên.

Từ ngày Sở Lục-Lộ Sài Gòn bổ sung nhân công về Hòn Đất mở thêm đường sá, cầu cống tôi mới quen biết ông Morgan.

Quen biết ông cũng là một tình cờ. Số là một hôm ngồi chung mâm đám cưới, Morgan để ý khoái cái "tư cách" uống rượu của tôi mà sau này ổng nói tôi mới biết. Không hiểu gia chủ, bạn già của ông Morgan sắp xếp kiểu gì mà để ổng lọt vào mâm tụi này, toàn đực rựa trẻ trung. Tưởng ông Tây già lẻ loi, ai dè ổng dễ thương hết biết, "dzô" hết ly này tới ly khác làm mấy cu cậu cùng mâm rụt đầu rụt cổ, chạy tét. Rốt cuộc còn lại mình ên tôi là còn cầm cự với ông Tây lai chịu chơi này. Rượu Gò Đen, Long An nức tiếng xưa nay chớ vừa gì. Không biết gia chủ còm-măng (commande) cách nào mà cả chục hũ rượu bự chảng chánh hiệu Gò Đen "lăn" về tới Hòn Đất ngon ơ.

Morgan là dân Tây, uống rượu như hũ chìm, nhưng thấy tôi càng uống càng trầm tĩnh ông kết liền một khi. Xưa giờ xóm

Hòn Đất ai cũng nể lượng tửu của ông Tây già. Bợm nhậu có máu mặt ngoài chợ Rạch Giá cũng chạy mặt. Riết rồi không có đối thủ ông chê thanh niên đời nay uống rượu dở ẹc. Nghe ông Morgan cằm ràm hoài bà con phì cười mới nói trại ra Morgan là Một Răng, vừa dễ gọi vừa đỡ phải nói… tiếng Tây.

Morgan là dân Tây lai, cha Tây mẹ Việt. Tuy mắt xanh, mũi lõ, nhưng ông hoàn toàn mù tịt về gốc tích của mình, nghĩa là ông thuộc dòng con hoang. Ngay từ lúc sơ sinh, đứa bé bất hạnh đã bị bỏ rơi trước cửa Dòng Đức Bà Đà Lạt, trên túi ngủ của đứa bé có ghim một mảnh giấy ghi nguệch ngoạc ba chữ "Morgan, Hòn Đất". Mẹ Bề Trên thương tình giao Morgan cho Sứ vụ nuôi dưỡng, giáo dục. Khi Morgan nên người, chuẩn bị bước vào đời, Mẹ Bề Trên căn cứ theo mảnh giấy năm xưa cho Morgan biết thân thế của ông và cho biết quê mẹ ông ở Hòn Đất thuộc huyện An Biên, Rạch Giá, còn cha ông là ai thì Dòng Đức Bà không ai biết.

Để giúp Morgan vững bước vào đời, Mẹ Bề Trên xin được cho Morgan một chân thông ngôn kiêm phụ tá thơ ký cho ông J. Delors, chủ nhà thầu rau cải (legume), hàng tuần vẫn cung cấp thực phẩm tươi cho Dòng Đức Bà Lâm Viên. Xuất thân từ trường dòng, tánh tình Morgan thật thà, tháo vác, thích ứng với mọi hoàn cảnh, nhất là thông thạo cả hai ngôn ngữ Pháp Việt nên rất được việc.

Tuy nhiên, an cư lạc nghiệp chưa được bao lâu, chiến tranh Đông Dương chấm dứt, hiệp định Genève được ký kết dẫn đến việc Tây rút quân về nước, chấm dứt chế độ thực dân tại Đông Dương. Thay vì lo lắng trước tương lai mù mịt, Morgan lại tiếu ngạo nghĩ Việt Nam chia đôi đất nước na ná như hai dòng máu róc rách chảy ngược xuôi trong người ông. Từ biệt Mẹ Bề Trên, Morgan về Sài Gòn thử thời vận, nhưng sống chật vật một thời gian, ông quyết định về quê mẹ ở Hòn Đất tìm kế sinh nhai.

Thập niên 1954, Hòn Đất cách thị xã Rạch Giá chừng 25km, vẫn còn hoang sơ, dân cư thưa thớt, chỉ có vài ba chục nóc nhà, toàn là nhà tranh vách đất. Người Hòn Đất vốn hiền lành, quê quít nhưng một hôm tự nhiên thấy một ông Tây khổng lồ trời ơi đất hỡi ở đâu khơi khơi dạt về hỏi ai mà không dị nghị. Cả xóm lao xao như hát bội đua nhau... ca-ra-bộ (kiểu nói chuyện bằng điệu bộ) thì ông Tây bụi đời xổ luôn một tràng tiếng Việt như lặt rau khiến ai nấy đực mặt ra, nín khe. Lúc Morgan chìa mảnh giấy nhăn quéo, ghi ba chữ đã mờ "Morgan, Hòn Đất" thì các bô lão mới ngã ngửa. Té ra hơn hai chục năm trước cô Xưa-mồ-côi lấy Tây bị mang tiếng me Tây nên cô theo chồng bỏ xứ đi biệt dạng. Nay Morgan lộn hồn trở về mới biết mẹ mình tên Xưa, Nguyễn Thị Xưa. Từ đó làng Hòn có thêm nhân số, không mang tên Xoài, tên Ổi mà mang tên Morgan. Có điều, nhà quê làm gì biết tiếng tây tiếng u, gọi tên Morgan thiếu điều muốn trẹo bản họng nên bà con gọi trại ra là Một Răng cho dễ là vậy.

Người Rạch Giá chúng tôi, ngoài cái giọng hề hà, hệch hạc còn có tật nói ngọng dễ thương hết biết. Cũng như người Bắc nói Lờ (L) thành Nờ (N) như Lửa thành Nửa; thì người Hòn Đất nói Rờ (R) thành Gờ (G) như Rạch Giá nói ngọng thành Gạch Giá. Rột rẹt thành Gột ghẹt cho nên chẻ đôi chữ Morgan thành Mor = Một, Gan = Răng, đâu có gì là khó hiểu. Ngay cả ông Morgan ban đầu còn bỡ ngỡ với cái tên Một Răng, nhưng ở lâu riết rồi ổng cũng bị đồng hóa thành người Hòn Đất nói ngọng hồi nào không hay.

Chờ Một Răng gật gù khè thêm một hơi đã đời nữa tôi mới dợm hỏi thì ổng nhướng mắt nhìn tôi, ngập ngừng:

- Ơ, tui nói tới đâu rồi, thầy Hai?

- Dạ, tới "hắn… ở dơ".

- À, phải rồi. Mà cái thằng thiệt tình. Hắn ở dơ có một không hai.

Tôi sốt ruột hỏi:

- Ông nói hắn nào ở dơ? Mà hắn là ai vậy ông Một R…, à, ông Morgan?

- Thì thằng Tửng chớ còn ai trồng khoai Hòn Đất này.

- Dạ, hồi đó tui ở trên Sài Gòn…

- Ờ, hồi đó thầy Hai chưa dìa công tác nên hổng biết cớ sự xóm Hòn này là phải. Hồi tôi dìa đây, xóm mình còn nhỏ xíu như cái lỗ mũi, dân cư thưa thớt, ai rục rịch gì là biết tỏng. Giờ thì nhóc. Nè, dzô cái nữa đi, thầy Hai.

Tiếng trầm đục, khề khà của ông già Morgan từ trong quá khứ vọng về trong tâm trí tôi:

"Nghe đâu ba bốn tháng hắn mới tắm một lần; thậm chí có nửa năm… quên tắm. Hắn sợ mưa vì sợ tắm. Con gái con lứa trong làng ra đường lỡ đụng mặt hắn là luýnh qua luýnh quýnh lẻ lẹ tránh xa, tuy không ai nói ra nhưng có ý chê thằng chả hôi rình. Mỗi lần bị vậy hắn lại uốn mình, hóp bụng, chổng đít, gập đầu gập cổ vận dụng tài năng của khứu giác hít hít hà hà cách mấy hắn cũng hổng thấy mình hôi ở cái chỗ nào…

Ông già thành thật, giọng buồn buồn: Nó và tui rất tâm đầu ý hiệp trong những trận rượu. Nhưng mà nó chết trận lâu rồi. Trận Bình Giã, ờ, à… cuối năm 1964. Hòn Đất mình nhỏ vậy mà cũng có anh hùng…"

Bây giờ lưu lạc nơi xứ người ngồi nhớ lại chuyện ông già Một Răng, tức ông Tây Morgan ở Hòn Đất tôi tự hỏi nếu còn sống ngày nay ổng cũng ngót trăm tuổi rồi. Nhưng mà dĩ nhiên, dù ổng chết mất đất từ khuya thì nhờ ly rượu chát này mà tôi có cảm tưởng như ông bạn vong niên của tôi và tôi vẫn còn nhậu với nhau dù xa cách nhau một trời một vực giữa thiên đàng và mặt đất.

Vệ Sĩ Của Chúa Nguyễn

Roberto Fernández Do Pho, kỹ sư không gian NASA về hưu đã nhiều năm, hiện sống tại New York, Hoa Kỳ. Rô, tức Roberto (cha Việt, mẹ Tây Ban Nha) sinh tại Rock Hill, South Carolina, là một người có sức học đáng nể. Từng là dược sĩ, rồi nha sĩ, cuối cùng là kỹ sư, đặc biệt Rô còn có một tâm hồn thi sĩ, sáng tác những bài thơ yêu quê cha nước Việt còn hơn cả đất mẹ. Hồi còn học ở Đại học, võ sư đệ tam đẳng huyền đai karaté Roberto, những lúc rảnh rỗi trao nhau vài đường quyền lúc nào Rô cũng hơn tôi bằng thế võ gia truyền. Nhân dịp sinh nhật thứ 75, già Rô tổ chức tại gia, thức ăn Tây-Mỹ đề huề, có khách khứa nhảy đầm, có bạn bè ca hát, có chàng ngâm thơ, nàng dâu Đại Hàn đệm piano. Trong lúc trà dư tửu hậu chỉ còn hai người đàn ông, già Rô khề khà tiết lộ tôi mới biết ông là hậu duệ đời thứ 8 của dòng họ Phó. Thoạt nghe tôi chẳng lấy gì làm lạ, dù nhà cách mạng lừng danh Phó Đức Chính là ông cố của Rô. Nhưng khi già Rô trịnh trọng đưa tôi coi bộ gia phả viết bằng chữ Nho của dòng họ Phó, tôi mới ngạc nhiên thực sự. Bộ gia phả gồm ba tập: một tập bằng chữ Nho đựng trong hộp kính màu ngọc bích khằn keo rất kỹ, một tập bằng tiếng Anh và một tập bằng chữ quốc ngữ, chuyển ngữ từ tập chữ Nho từ năm 1811. Bộ chuyển ngữ tuy giấy đã ố vàng nhưng chữ vẫn còn tương đối rõ nét, đặc biệt ở những trang viết về nội tổ của Rô từng là vệ sĩ của Chúa Nguyễn. Vừa đọc lướt qua bản tiếng Việt tôi ngỏ ý muốn chụp lại những tư liệu này để viết thành truyện nhưng Rô lắc đầu cười bí hiểm, phán cho một tràng: "Ông bạn là nhà văn, nghe đồn ông có trí nhớ phi phàm, muốn dựng truyện gì ông cứ dùng trí mà nên chớ tôi chưa từng nghe ai nói ông viết bằng… máy chụp ảnh gì sốt. Có đúng thế không nào, bạn già?". Già Rô cay cú đến thế là cùng.

Về nhà tôi căn cứ theo lời kể của Roberto qua gia phả dòng họ Phó, cũng như dựa theo sử liệu nhà Nguyễn và các truyện dã sử về thời Tây Sơn tôi viết ra cốt truyện này. Truyện như sau:

Chưởng cơ Phó Đô Úy là một võ quan của Chúa Định Nguyễn Phúc Thuần. Úy xuất thân từ một gia đình có truyền thống võ nghệ lâu đời. Từ nhỏ ông học võ từ cha và học môn phi tiêu từ các võ sư nổi tiếng vùng Thanh Hoa (nay là Thanh Hóa). Thiếu thời Phó Đô Úy đã tỏ ra là một người cơ trí, lanh lợi, sức khỏe hơn người, lớn lên được phép cha theo phò Chúa Định. Ngay từ khi đầu quân, Chúa biết Úy có võ nghệ nên được tuyển vào cấp Đội. Sáu tháng sau truy phong thành Cai đội. Từ Cai đội thăng lên Chưởng cơ.

Năm 1774, thành Phú Xuân thuộc huyện Hương Trà, phủ Thừa Thiên - Huế rơi vào tay nhà Trịnh. Chưởng cơ Phó Đô Úy cùng các vệ sĩ chính qui hộ giá Chúa Định và gia tộc chạy vào Quảng Nam rồi vào Gia Định, trong đó có Nguyễn Phúc Ánh, lúc đó mới 12 tuổi. Nguyễn Phúc Ánh là con trai thứ ba của hoàng tử Nguyễn Phúc Luân. Khi quân Trịnh chiếm kinh thành thì Phúc Luân đã chết dưới tay quyền thần Trương Phúc Loan, để lại sáu người con trai và ba gái. Sáu người con trai đều chạy vào Nam, lần lượt bị quân Tây Sơn sát hại, chỉ còn lại Nguyễn Phúc Ánh, sau này là vua Gia Long.

Hồi còn ở Phú Xuân, Chưởng cơ Phó Đô Úy thường để mắt

tới vị thiếu niên này. Tuy còn nhỏ tuổi nhưng thần thái Nguyễn Ánh uy nghi, oai vệ, tỏ ra là người có chí khí. Hằng ngày Chưởng cơ Úy luyện võ sau phủ, Ánh lặng lẽ đứng nhìn, không nói gì. Nhưng Úy tinh ý nhận thấy cặp mắt sắc bén của Ánh chứa chan nỗi buồn và đầy thù hận.

Cuối năm 1776, bộ tướng của Chúa Nguyễn là Đỗ Thành Nhân đánh lui quân Tây Sơn do Đông Định Vương Nguyễn Lữ chỉ huy, chiếm lại Sài Gòn. Tần Chính Vương Nguyễn Phúc Dương hợp quân với Đỗ Thành Nhân, cùng sự trợ giúp của Mạc Thiên Tứ, con của Mạc Thiên Tích nên lực lượng Chúa Nguyễn ngày một thêm hùng mạnh.

Nhưng năm Đinh Dậu 1877, Long Nhương tướng quân Nguyễn Huệ thống lĩnh đại binh áo vải cờ đào vào đánh chiếm Gia Định lần thứ tư, Chúa tôi nhà Nguyễn lại thua cùng tàn quân bỏ thành chạy vào Tam Phụ (Định Tường), qua cửa Cần Giờ, chạy dài xuống Cần Thơ, Kiên Giang, ra đảo Thổ Chu, thuộc Phú Quốc lánh nạn.

Ngay từ khi chạy nạn, bộ hạ tâm phúc của Nguyễn Ánh là Phúc Điền đã thận trọng cắt cử Phó chưởng cơ và Cai đội hợp với sáu vệ sĩ thành một toán khinh binh mở đường, trực chiến khi có biến; còn Chưởng cơ Phó Đô Úy đi đoạn hậu, dùng cây rừng quét sạch dấu vết Chúa Nguyễn và đoàn tùy tùng đi qua. Nhưng trong một lần bỏ chạy, không may Tần Chính Vương Nguyễn Phúc Dương và một số quan lại bị quân Tây Sơn bắt giết.

Có lần, vừa tới địa phận Kiên Giang thì trời chiều đổ mưa. Rừng ở đây dầy mịt tạo thành bức tường kiên cố che chở cho Chúa Nguyễn và đoàn tùy tùng bên trong. Khi Chúa tôi vượt qua bên kia kinh Tà Lưa an vị trong một cánh rừng thì Chưởng cơ Phó Đô Úy ở bên này bờ, đang lui cui xóa các dấu vết bất ngờ đụng phải nghĩa quân Tây Sơn rượt tới. Toán quân này không nhiều, khoảng mươi mười người, đứng đầu là một vị chỉ huy, vóc người tầm thước, chắc nịch, mặc y phục đen, mặt đen, râu quai nón tua tủa, tóc phủ ót, trên đầu quấn một miếng vải đen.

Vừa thấy Phó Đô Úy, quân Tây Sơn hung hăng vung gươm lao tới, Úy bình tĩnh vội lùi lại, cùng lúc ra tay phóng ám khí hạ gục hai tên xong hươi đao lên khiến chúng khựng lại. Người chỉ huy áo đen gườm mắt quan sát thấy Úy tuy cao lớn nhưng không có đồng bọn nên tỏ ra khinh mạn. Phất tay ra hiệu cho đám thủ hạ lùi lại, một mình y cầm con dao chủy thủ khệnh khạng bước ra giữa khoảng đất trống dạng chân, hất hàm, quắc mắt nhìn Úy thách thức. Từ ngày hộ giá Chúa Nguyễn nhiều phen vào sinh ra tử chiến đấu chống nhà Tây Sơn, đây là lần đầu tiên Úy đấu tay đôi với địch thủ ngoài chiến địa.

Dưới vòm cây rậm rạp Chưởng cơ Phó Đô Úy ưỡn ngực hít một hơi sâu, vừa rút dao bước ra đã nghe người áo đen cười lạnh, lao tới. Giữa khu rừng tĩnh mịch, tiếng kim khí lấp loáng giao nhau xoèn xoẹt tạo thành thứ âm thanh man rợ, rin rít, bén ngót đến rợn óc. Hai đối thủ lao vào nhau như hai con thú lạnh lùng ác chiến. Lạ một điều, họ không hề gầm gừ hay thốt lên một lời mà cả bọn lính thú cũng nín hơi theo dõi trận đấu.

Thủ pháp cực kỳ mau lẹ và hiểm ác của một chiến tướng đã quen trận mạc, người chỉ huy áo đen không ngờ lần này gặp phải cao thủ khiến sự háo thắng ban đầu của y giảm xuống rất nhiều. Tuy nhiên, tính hiếu chiến, quyết tâm hạ địch thủ khiến y nảy ra một độc chiêu. Lùi lại hai bước, người áo đen đảo cặp mắt sọng máu nhìn đối thủ xong lặng lẽ như bóng quỷ nhún mình lao vút tới phi thân nắm chặt cành cây đu mình lấy đà đá thẳng vào ngực Đô Úy đồng thời đâm ngọn chủy thủ xuống huyệt Thiên linh trên đỉnh đầu địch thủ.

Trước đòn sát thủ cực kỳ hiểm độc, Đô Úy vội ngửa người ra sau cùng lúc tung mình đá thốc vào hạ bộ khiến người chỉ huy hự lên một tiếng ngã lăn xuống đất. Thấy chủ tướng bị hạ, đám lính thú hộ vệ vội vàng xúm lại khiêng y và hai đồng bọn chạy biến vào rừng.

Sau khi củng cố lực lượng, năm Canh Tý 1780, Nguyễn Phúc Ánh xưng vương ở Gia Định. Hai năm sau, thấy thế lực của Nguyễn Vương ngày càng vững mạnh, anh em Nguyễn Nhạc và Nguyễn Huệ lại kéo quân vào đánh, Sài Gòn thất thủ, Nguyễn Vương lại bôn tẩu về Hà Tiên, dùng thuyền nhỏ vượt biển, phía sau quân Tây Sơn truy đuổi gắt gao, quyết bắt Nguyễn Ánh cho kỳ được.

Trong trận thủy chiến ở đảo Điệp Thạch, thuyền của Nguyễn Vương bị quân Tây Sơn tấn công. Trước tình thế cấp bách, Phúc Điền khoác áo Vương cầm gươm ra đứng trước mũi thuyền giả dạng Nguyễn Vương bị quân Tây Sơn xông lên thuyền bắt sống. Phúc Điền sa vào tay giặc, chết như một anh hùng cứu chúa. Cũng may, Cai cơ Đồng Nhượng là người biết lo xa, hộ giá Nguyễn Vương lẫn trong đám thủy binh lên thuyền, nên đã thoát thân vào rừng.

Cùng lúc đó, thuyền hộ vệ của Chưởng cơ Phó Đô Úy cũng hỗn chiến với quân Tây Sơn. Đây là một cuộc chiến đầy bất hạnh diễn ra giữa hai phe không cân sức. Các thuyền nhỏ của

Nguyễn Vương bị những chiến thuyền của quân Tây Sơn bao vây, tiêu diệt hết phân nửa. Thủy binh trung thành của Nguyễn Vương bị chém ngã la liệt xuống nước, máu nhuộm đỏ mặt biển. Cùng chung số phận, đồng đội trên thuyền hộ vệ thảy đều hy sinh. Chưởng cơ Phó Đô Úy, thương tích đầy mình, cuối cùng bị một nhát chém mạnh đến nỗi lệch cả bả vai. Chưởng cơ Úy loạng choạng lùi về phía mũi thuyền đang bốc cháy, dùng tàn lực lia ngang một đường gươm rồi lao mình xuống biển, lặn một hơi dài. Lúc trồi lên thở, Úy đụng nhầm các tử thi và những mảnh thuyền vỡ. Úy bám vào miếng ván, ngửa mặt lên trời, thả người cho sóng giạt vào bờ, miệng vẫn còn ngậm chặt lưỡi dao găm.

Năm 1792, vua Quang Trung đột ngột qua đời, nội bộ chia năm xẻ bảy, nhà Tây Sơn suy yếu dần. Tình hình đất nước lại rơi vào cảnh nhiễu nhương, vua còn nhỏ, quyền thần lộng hành, chia bè rẽ phái, lòng dân lại hướng về Nguyễn Vương. Nắm được thời cơ, Nguyễn Vương lo củng cố nội bộ, thu thập nhân tài, rèn binh khiển tướng, tích trữ lương thảo, mua sắm thêm vũ khí, mặt khác Nguyễn Vương cử phái đoàn ra nước ngoài cầu viện.

Năm 1802, sau khi Nguyễn Ánh diệt xong nhà Tây Sơn, lấy lại thành Phú Xuân, lên ngôi Hoàng đế lấy niên hiệu Gia Long, mở đầu vương triều nhà Nguyễn, cũng là triều đại quân chủ cuối cùng trong lịch sử Việt Nam.

Sau khi lên ngôi, vua Gia Long cũng như hầu hết vua chúa ngày xưa, khi nắm quyền bính trong tay, ông cũng không tránh khỏi việc giết hại những người cùng nằm gai nếm mật, vào sinh ra tử với mình, như công thần Nguyễn Văn Thành và Đặng Trần Thường. Chưa kể vua Gia Long vẫn ôm mối thù với anh em nhà Tây Sơn đã giết hại thân bằng quyến thuộc của mình nên đã ra tay trả thù vô cùng khốc liệt.

Nhận thấy mức độ thiên lệch cả công và tội của hoàng đế Gia Long, vì lo xa nên toàn bộ gia quyến Phó Đô Thống (cha của Chưởng cơ Phó Đô Úy, hy sinh ở Phú Quốc) âm thầm rời bỏ Thanh Hoa chạy về làng Đa Ngưu, tỉnh Hưng Yên ẩn cư. Từ đó, trải dài qua hàng thế kỷ, dòng họ Phó sanh ra Phó Đức Chính, sau trở thành nhà cách mạng cùng 12 đảng viên Việt Nam Quốc Dân Đảng tổng khởi nghĩa chống thực dân Pháp, nhưng bị thất bại. Toàn bộ 13 đảng viên gồm đảng trưởng Nguyễn Thái Học cùng ông và 11 nghĩa sĩ khác bị Pháp xử chém. Phó Đức Chính là người thứ 12 lên đoạn đầu dài và là người duy nhất nằm ngửa để xem máy chém rơi xuống đầu ông.

Hiện nay, già Rô, tức kỹ sư không gian Nasa về hưu Roberto Fernández Đô Phó, dù cuộc sống chịu ảnh hưởng văn minh Âu Mỹ, nhưng trong nhà ông ở ngoại ô Syracuse, New York vẫn lộng kính trưng trên tường những hình ảnh trắng đen và ảnh màu đã phai của dòng họ Phó, trong đó có Phó Đức Chính, chưa kể cuốn gia phả đồ sộ của dòng họ Phó nhà ông.

Cú Đá Trời Sập

Hồi nhỏ ông Phan Văn Tổn đã sớm xa nhà thì em của ông, thằng Lộc, mới chừng 3, 4 tuổi. Tưởng mình đi rồi về ai dè một đi không trở lại. Tới khi hai anh em gặp lại nhau nơi xứ người thì thằng Lộc đã có gia đình con cái đùm đề. Điều ngạc nhiên là nó cũng võ nghệ dàn trời như ông thời trai tráng. Có điều so với nó thì hồi xưa ông chỉ là võ sĩ hạng ruồi muỗi; còn thằng Lộc, thằng Phan Văn Lộc với cú đá thôi, cũng đủ liệt nó vào hạng cao thủ.

Khi biết hồi xưa ông anh mình lẹt quẹt ba ngón võ ruồi võ muỗi, thằng Lộc cười cười chìa ra tấm hình kèm theo cái video clip biểu diễn cú đá thần sầu quỷ khóc (quỷ khốc thần hào) của nó. Phải nói cú đá ác liệt của thằng Phan Văn Lộc, không riêng gì cột gẫy, tường xiêu, mà lỡ nó có đá trúng... Trời thì Trời cũng sập.

Thằng Lộc làm cho ông Tổn nhớ lại ba bốn chục năm trước, cái thời dụng võ của Phan Văn Tổn, tên cha sanh mẹ đẻ đặt cho ông.

Hồi đó, dưới thời Pháp thuộc, Phan Văn Tổn đã có nghề. Hỏi nghề gì? Tổn thưa, nghề văn và nghề võ. Nghề văn thì chẳng ăn nhậu gì ở đây, ngoài võ nghệ.

Chuyện như vầy:

Võ sư Mười Đẹt, bà con bên ngoại của Phan Văn Tổn, một ông thầy võ Bình Định lang thang vô Nam thấy Tổn có căn cơ con nhà võ bèn lôi cổ ra dạy công phu quyền cước. Hồi đó Tổn thấy người ta võ nghệ trùm thiên hạ; còn võ như Tổn học cho có. Ngặt một nỗi tiếng tăm võ sư Mười Đẹt nổi như cồn nên môn đồ Phan Văn Tổn bị vạ lây. Vạ đây là cái vạ trời ơi đất hỡi. Nghĩa là bị võ sinh các lò võ từ Sài Gòn, Chợ Lớn lan ra tới Phan Thiết, Quy Nhơn, Bình Định đều ra chiếu thư khiêu chiến. (Sau này mới biết sư phụ Mười Đẹt chơi khăm lập kế khích tướng võ lâm quần hào thách đấu với môn đồ của ông).

Không biết Phan Văn Tổn sinh ra để thành võ sĩ tay ngang hay chàng họ Phan gặp hên đánh đâu thắng đó. Thật ra chàng võ sĩ bá vơ này chỉ thắng mười một trận, thủ huề một trận, còn thua thì cho tới ngày nay đầu bạc, răng long, mắt mờ, thân mỏi, võ sĩ họ Phan về già vẫn cứ nhớ hoài, nhớ mãi, nhớ đời.

Một buổi trưa hè, chàng thanh niên lực lưỡng Phan Văn Tổn đang loay hoay sửa tấm vách ván nhà bị đối thủ đá sập trong một trận thách đấu thì một cô gái lạ mặt xuất hiện ngoài cổng, cao tiếng: "Ông Tổn! Ông Tổn có nhà không?". Nghe giọng lảnh lót, lắc xắc mà nẩu nẹt, Tổn đoán là người ngoài Trung vô. Lúc này võ sư Mười Đẹt đã trở về Bình Định.

Ngạc nhiên Tổn ra mở cổng thì thấy một cô gái đôi mươi, xinh xắn trong chiếc áo dài lụa trắng chìa cho Tổn một phong bì rồi chẳng nói chẳng rằng quay lưng bỏ đi ngay. Cầm bì thư mà chàng Phan cứ ngẩn ngơ ra mặt. Đời Tổn chưa từng thấy con nhà võ nào xinh đẹp mà phong độ đến vậy. Trên gương mặt trái xoan sáng như trăng rằm, vắt ngang cặp chân mày rậm rịt, mi thanh phủ xuống đôi mắt đen lay láy, to, dài, đầy tự tin và sáng đến lạnh người.

Vô nhà mở thư ra đúng như Tổn đoán, lại là thư thách đấu. Tuy nhiên, từ ngày dụng võ, võ sĩ Phan Văn Tổn chưa từng đấu với bất cứ nữ đối thủ nào. Xưa nay chàng họ Phan không có lệ thượng cẳng tay hạ cẳng chưn với đờn bà, con gái. Đây là lần đầu tiên trong đời Phan Văn Tồn bị phái yếu khiêu chiến đã tỏ ra lúng túng, tiến thoái lưỡng nan. Tiến thì không biết phải vận dụng bao nhiêu thành công lực để ăn thua; còn thoái thì suốt đời sẽ bị thiên hạ cười chê, mang tiếng hèn nhát.

Cuối cùng, Phan Văn Tồn quyết định tới điểm hẹn đúng ngày giờ với lá thư thách đấu để trong túi. Năm giờ sáng, trời còn mờ hơi sương, Tồn lặng lẽ dắt xe đạp ra khỏi cổng, đạp từ từ hướng về huyện Bình Chánh ở ven đô. Đã lâu rồi Tồn mới có dịp trở về miền xuôi thở hít không khí trong lành khiến chàng võ sĩ cảm thấy phấn chấn tinh thần.

Tôi đạp xe dọc theo sông Chợ Đệm tới chỗ có hai ngã rẽ một xuôi về kinh Đôi, một tới cầu kinh A. Dừng xe đạp trên đầu cầu kinh A, theo trong thư chỉ dẫn, Tồn nhìn về phía trái thấy xa xa giữa cánh đồng lau sậy có một cây bần đơn độc nhô lên. Đó là điểm hẹn của nữ đối thủ. Đảo mắt nhìn quanh, Tồn nhíu mày thầm nghĩ có lẽ cô gái vô Nam sống ở vùng quê này đã lâu nên cô mới biết rõ địa hình địa vật ở đây. Khẽ lắc đầu, Tồn nhắm ngọn cây bần men theo lối mòn đi lần tới mà lòng không vui cũng không buồn, không lo lắng cũng chẳng toan tính gì. Băng qua vùng đất thấp, Tôi vừa tới điểm hẹn thì trời lất phất mưa.

Đảo mắt nhìn quanh họ Phan chợt cười thầm. Nữ đối thủ của Tồn quả là khéo chọn địa điểm lý tưởng nằm khuất giữa đầm cỏ lau trắng phếu, có la hét, cầu cứu cách mấy cũng không ai lai vãng mà nghe. Đặc biệt, bông bần trắng đầu hè điểm sắc tím đỏ rưng rưng trên ngọn cây vô tình trở thành "nhân chứng thầm lặng" cho trận quyết đấu.

Trong tiếng mưa rơi rả rích, sau gốc bần già một cô gái lặng lẽ bước ra. Đó là nữ đối thủ của chàng võ sĩ họ Phan.

Lần này cô mặc nguyên bộ đồ võ màu đen, tóc chít khăn nhiễu lam, lưng thắt đai trắng viền đỏ của võ phái Bình Định. Lặng nhìn đối thủ, Tổn nhận thấy ngoài vẻ đẹp thần tiên, tuy phong thái khoan hòa song lộ rõ thần uy, vẻ chững chạc chính tông con nhà võ.

Đang ngẩn ngơ trước vẻ đẹp thoát trần của cô gái lạ mặt, Tổn chợt giựt mình khi nghe cô cất tiếng trong trẻo, ấm mà chắc nịch:

- Chào ông Tổn.

Tổn ấp úng:

- Chào cô.

- Cám ơn ông đã không lỡ hẹn.

- Dà. Không có gì.

Rõ ràng cô gái không muốn nhiều lời, Tổn vừa dứt tiếng cô lạnh lùng tiến tới một cách thận trọng. Có lẽ nữ đối thủ biết Tổn cũng không phải tay vừa nên cô không tỏ ra hấp tấp. Hơn nữa cả hai đều xuất thân cùng môn phái võ thuật Bình Định nên chẳng lạ gì nhau. Tuy nhiên, khi tôi ra đòn thì cô gái hóa giải dễ dàng. Ngược lại Tổn không cản được những chiêu thức linh hoạt, thần tốc của đối thủ nên Tổn thường phải hứng chịu những đòn thế gây sây sát và loạng choạng mấy phen.

Nhận thấy dùng quyền cước Bình Định trước một võ sĩ Định Bình không mang lại kết quả nên Tổn chuyển qua quyền thái Muay Thái, là môn võ thuật cổ truyền của Thái Lan. Muay Thái tập trung tấn công bằng những cú đá, cùi chỏ, lên gối, nắm đấm nên bộ giò luôn xoay chuyển.

Nhận thấy từ lúc xáp trận, cô gái thường né tránh không cho địch thủ áp sát nên lần này Tổn tìm cách sát cận. Vừa di chuyển vòng tròn Tôi vừa thu hẹp khoảng cách. Khi cách cô gái vừa tầm, Tổn bất thần xoay mình 360 độ đánh tạt ngang vào bả vai nhưng không ngờ lại đánh trúng ngực khiến cô gái loạng choạng lùi lại. Bàn tay không hề cố ý của Phan Văn Tổn vừa chạm phải một vật vừa mềm vừa phập phồng săn chắc khiến Tổn hốt hoảng nhảy dựng lên, thoái bộ năm bước liền.

Nhìn xuống ngực thấy một vết nham nhở vấy bẩn trên áo, sắc mặt cô gái đỏ bừng. Trợn mắt nhìn Tổn, cô khẽ rít lên: "Ông dám..." Nói đoạn cô thủ bộ, vận sức vào tay, không chần chừ, thân hình linh hoạt chớp một cái đã vọt lên, lao tới. Khi cách đối phương khoảng hơn một thước, từ trên không, cô dùng thế liên hoàn cước xoay mình đá thốc vào ngực Tổn, cùng lúc tạt thêm một cú vào mặt như trời giáng. Bị trúng một lúc hai đòn hiểm Tổn hự lên một tiếng, sặc máu mũi, ôm mặt lảo đảo té ngửa trên mặt đất bùn. Không đợi địch thủ kịp đứng lên, cô gái sấn tới, dận đầu gối vào bọng đái, cùi chỏ chấn ngang cổ họng địch thủ, móng vuốt giơ cao sẵn sàng chụp xuống mặt nếu Tổn vùng vẫy chống cự.

Nằm thúc thủ dưới đầu gối của cặp đùi săn chắc mà thon dài, Phan Văn Tổn muốn nghẹt thở, song chàng võ sĩ họ Phan vừa đưa mắt nhìn lên đã thất thần trước đôi mắt vời vợi trùng dương từ một sinh thể thiên thần phả xuống khiến Tổn đờ đẫn hết đường cựa quậy.

Kể như địch thủ bị đo ván, nữ võ sĩ Bình Định chớp mắt, lặng lẽ đứng lên phủi áo xoay lưng rời khỏi đấu trường.

Nhưng đi chưa được chục bước cô nghe sau lưng mình có tiếng tằng hắng. Ngó lại thì thấy võ sĩ Tổn, mặt mày méo xệch nhưng vẫn đứng ở thế thủ, sẵn sàng tiếp chiến.

Lúc đó, không khí bỗng trở nên yên lặng kỳ lạ. Yên lặng đến nghe cả tiếng thở nặng nề của hai đối thủ và cả tiếng gió thoảng qua. Nghĩ lại ban đầu Tổn có ý nhân nhượng trước đối thủ thuộc phái yếu, nhưng sau những lần thất thế trước uy dũng của đối phương buộc Tổn thay đổi chiến thuật. Nghệ thuật của chiến thuật là ép đối thủ đánh theo ý của mình.

Tuy nhiên, võ sĩ Tổn gặp phải một địch thủ quá lợi hại, dầy dạn chiến đấu, thừa khôn ngoan nên khi tới vừa tầm, Tổn đá tạt ngang đã để hở phần dưới. Chỉ chờ có thế, cô gái ngồi thụp xuống, nhanh nhẹn thọc một cú đấm vào hạ bộ địch thủ. Bị đấm trúng ngay chỗ hiểm Tổn thấy mắt nổ đom đóm, u ớ rên lên, hai tay bụm hạ bộ đau đớn ngã vật xuống đất oằn oại một lúc rồi nhắm nghiền mắt, nằm bất động.

Không biết nằm co quắp dưới đất bao lâu, nhưng khi võ sĩ Phan Văn Tổn tỉnh dậy thì mưa đã tạnh và thấy lờ mờ hình bóng cô gái khoác chiếc áo măng-tô (manteau) trắng chấm gót, đứng cách đó không xa. Thì ra trong lúc võ sĩ Tổn nằm bất động trên cỏ, lòng nhân của cô không nỡ bỏ đi vì lỡ địch thủ có mệnh hệ gì cô sẽ ân hận cả đời. Chờ Tổn chống tay ngồi dậy, cô mới yên tâm quay lưng bỏ đi ngay.

Thời gian vẫn thản nhiên trôi như nước qua cầu. Mái đầu xanh của võ sĩ Phan Văn Tổn nay đã ngả màu, chòm râu đen cũng luốm nhuốm bạc. Thân hình vạm vỡ, bắp thịt săn chắc, Gân guốc cuồn cuộn ngày nào nay đã rùn xuống, mềm đi, lụi dần theo tuế nguyệt. Coi lại cái video clip với cú đá trời sập của thằng em, thằng Phan Văn Lộc, ông Tổn khẽ thở dài.

Nhướng cặp mắt lờ mờ nhìn sắc thu vàng hoe ngoài cửa sổ, ông Phan Văn Tổn lại nhớ quê nhà xa cách đã hơn nửa đời người. Rồi ông lại nhớ sư phụ Mười Đẹt, nhớ những trận đấu võ năm xưa, nhớ nữ đối thủ thiên thần, không những đã đánh bại ông bằng võ nghệ mà còn bằng cả đôi mắt thăm thẳm màu xanh núi, biêng biếc màu trùng dương. Cứ mỗi lần nhớ ông lại thấm thía mấy câu ca dao đến nao lòng:

Bần gie, bần ngã, bần quỳ
Cảm thương thân phận chia ly thêm buồn
Bần gie đốm đậu tối hù
Thương nhau đừng để oán thù cho nhau.

Cửa Sông Bồ Đề

Chuyện đời nhiều lúc kỳ cục, khó tin, nhưng sự thật vẫn là sự thật.

Tập hồi ký đánh máy của cha tôi dầy ngót ngàn trang, hoàn tất vào cuối năm 1940, trong đó chương cuối cùng cha tôi có kể về chuyện tình khá thơ mộng mà kỳ lạ của ông.

Chuyện kể rằng hồi trẻ cha tôi sớm có năng khiếu văn chương. Sinh ở Huế nhưng thơ văn ông được đăng tải trong một số tạp chí văn học Sài Gòn nhiều hơn báo địa phương. Mến mộ văn tài của cha tôi mẹ đã đến với ông. Tuy nhiên, hồi đó gia đình bên ngoại tôi thuộc dòng dõi danh gia vọng tộc không chấp nhận một anh sinh viên nghèo, không cha không mẹ nên họ dùng mọi cách ngăn cản không cho hai người gặp nhau. Nhưng với lòng đam mê văn chương nghệ thuật, sau một thời gian dài gian nan, khổ cực, cay đắng trăm bề, mẹ cũng quyết về với cha. Cuối cùng bên ngoại tôi đành buông xuôi theo nghĩa thuận vợ thuận chồng, song họ quyết định từ bỏ mẹ tôi.

Từ đó mẹ gạt nước mắt theo cha về Sài Gòn tìm kế sinh nhai, nhưng mà mẹ tôi vốn thuộc tiểu thơ đài các lúc chạm thực tế mẹ thật vụng về. Thương mẹ cha tôi vừa chạy xe đạp thổ vừa dạy học tư. Ba năm sau, mẹ tôi mới có thai song sinh. Tôi sinh ra trước, đến phiên em tôi đẻ ngược không may cả mẹ lẫn con đều chết trên bàn mổ. Cha tôi trở thành gà trống nuôi con, sống hẳn bằng nghề viết văn. Dù lương ba cọc ba đồng, chữ nghĩa của cha cũng nuôi tôi nên người. Ngày tôi có chồng ra nước ngoài, cha tôi vẫn ở vậy, một mình. Mãi đến năm 75 tuổi cha mới tục huyền. Âu cũng là duyên nợ từ kiếp nào.

Tóm lại, cha tôi có hai bà vợ. Bà chánh thất là người đẻ ra tôi. Mẹ và em mất, cha đi bước nữa.

Bà thứ thất tên Phan Tú Hường, gốc Hải Nàm, là bạn chung vách với cha tôi từ thuở nhỏ, sau này là mối tình đầu của hai người. Có điều người Tàu vốn kỵ cùng họ không được lấy nhau nên mộng đẹp kia sớm bị chia uyên rẽ thúy. Để tránh phiền phức, cha mẹ cô Hường âm thầm đưa cô về Sài Gòn sống chung với ông bà ngoại ở miệt Bình Tây, Chợ Lớn.

Thời gian như nước chảy qua cầu rửa sạch mọi nhớ thương. Kỷ niệm về mối tình đầu của cha tôi và cô Hường cùng những bài thơ ngây ngô thuở yêu thương cũng phai dần đi. Cô nhận ra quá khứ mịt mù trở nên mơ hồ, hư ảo trước những điều thiết thực hơn. Cô Hường có chồng Chợ Lớn, cùng chồng ra nước ngoài hăm hở đuổi theo công cuộc kinh doanh ngày một mở rộng. Không bao lâu cuộc sống giàu sang, sung túc như lụa lót dưới chân cô, bao bọc lấy gia đình cô. Với cô Hường, lúc bấy giờ, gia đình và sự nghiệp là trên tất cả.

Nhưng mà cảnh đời không phải lúc nào cũng thuận lợi; niềm hạnh phúc, sự yên bình nào rồi cũng qua đi. Chồng cô Hường bệnh mất đã vài năm, kinh doanh đi xuống, con cái có vợ có chồng lần lượt ra riêng, cô còn lại một mình. Ngôi nhà ngày ngày tràn niềm vui, rộn tiếng cười, một sớm một chiều bỗng trở nên vắng lặng, lạnh lẽo đến vô hồn. Từ lâu cô Hường không khóc chợt nước mắt mặn môi khiến cô có linh cảm như mình đang trôi qua một dòng đời khác. Tự nhiên cô nghe tiếng gọi của quê nhà.

Khi trở về nước, cô Hường đã bảy mươi tuổi đời. Cô không về Sài Gòn, Chợ Lớn mà bay thẳng ra Huế, dù chẳng còn người thân. Chìm giữa Huế trầm mặc, cổ kính, cô nhìn trời khô héo bằng đôi mắt u buồn để rồi nhận ra mình mang mang một niềm hoài cảm.

Đoạn hồi ký của cha tôi sau đó không nói lúc nào, làm sao cô Hường về Sài Gòn tìm gặp được cha tôi. Dù ông không thổ lộ tôi cũng nhận ra họ đến với nhau bằng sự khao khát được nhìn thấy lại sự khởi đầu của tình yêu thương thiệt thời sau một thời gian dài xa cách đến tóc cũng điểm sương. Lúc đó tình gia đình mới thấm thía làm sao. Giữa cha tôi và cô Hường là một vạch thời gian dài ngót năm mươi lăm năm rồi còn gì. Tôi thương cha tôi ở câu viết chân tình: "Đám cưới chỉ có hai người. Không hôn thơ, hôn thú. Không bạn bè, bà con thân thích, kể cả con gái tôi và đám con của Hường. Âm thầm, lặng lẽ, hai người già chúng tôi rời bỏ chốn phồn hoa đô hội về sống hòa mình cùng sông nước miệt Hậu Giang hiền hòa. Tính tình bình dị, hiếu khách của người dân Xóm Thủ, Cà Mau vô tình giúp sức che mờ nhân dạng của chúng tôi."

Đọc những dòng tâm sự cuối cùng của cha tôi, tôi cố nén tiếng thở dài. Cầm tập hồi ký trên tay, bên tai tôi, như còn nghe lời dặn dò của cha biểu tôi muốn cất giữ hoặc đốt bỏ đi thì tùy. Dĩ nhiên, tôi không thể đốt bỏ tập hồi ký, di vật duy nhất của cha tôi để lại. Cha tôi, vì thủy chung với người vợ đã mất, đã bỏ cả một quãng đời dài của mình âm thầm chịu đựng nỗi cô đơn để nuôi con. Vật mà khi lớn khôn, vì bận bịu với chồng con, với cuộc sống, nhiều khi tôi quên mất sự quạnh quê của cha tôi, của cô Hường, nói chung của những người già cần được yêu thương, được cảm thông, chia sẻ.

Đã lâu rồi, có hơn chục năm tôi mới có dịp trở về thăm lại Xóm Thủ, nơi bây giờ trở thành phố chợ sầm uất hơn. Chẳng bù ngày trước gian nan lắm tôi mới tìm ra cái xóm đìu hiu hút gió của cha và cô Hường của tôi mà tôi vẫn quen gọi bằng "cô" thay vì "dì".

Chiều mờ như sương chập chờn phủ trên cửa sông Bồ Đề. Con sông phát nguồn từ ngã ba Tam Giang đổ ra biển Nam Hải, nước chảy rất xiết. Ngã ba sông này nước luôn xoáy tròn thành nhiều lỗ trũng sâu nên ghe hàng chở khẳm thường bị đắm, gây nhiều thương vong. Nghe nói hôm cha tôi và cô Hường chết đuối ở ngã ba sông này, trời mưa như trút. Người Xóm Thủ, không một ai biết nguyên nhân cái chết nhưng họ nói trời đất cũng biết khóc thương cho số phận của hai người.

Lần về thăm này tôi đứng lặng ở cửa sông Bồ Đề, dang rộng đôi tay tôi cũng có thể đón nhận được linh hồn của cha tôi và cô Hường từ ngã ba Tam Giang trôi qua trước mặt tôi, trôi vào đời tôi rồi vĩnh viễn trôi ra biển rộng.

Giấc Mơ Của Cả Khuôn

Sinh thời, có lần ngoại tôi vừa bõm bẽm nhai trầu vừa kể cho cả nhà cùng nghe một câu chuyện hay mà buồn cười về người cháu họ xa tên Cả Khuôn của ông ngoại.

Cả Khuôn tên thật Hồ Đắc Khuôn sinh ngày 23 tháng 9 năm 1945 tại làng Phe Kiền, tỉnh Thừa Thiên, Huế. Nơi sinh không có gì lạ, nhưng ngày sinh của Cả Khuôn thì lại khác vì ngày 23/9/1945 là thời điểm lịch sử thực dân Pháp nổ súng ở Sài Gòn, mở đầu cuộc xâm lược Việt Nam lần thứ hai.

Chín năm sau, hiệp định Genève 1954 được ký kết, Pháp rút quân khỏi Việt Nam, tiếp theo là cuộc di cư vĩ đại của người Bắc vô Nam. Cả hai cuộc chính biến này lại ngẫu nhiên trùng hợp đến cha của Cả Khuôn, vì công vụ, năm 1954 chuyển nhiệm sở vô Nam, ông mang vợ con theo. Mặc dù hai cha con nhà họ Hồ chẳng dính dấp tới chiến sự, chính sự hay quốc sự quốc siếc gì, cũng chẳng bị ai nghi ngờ, điều tra hay bắt bớ chi, song xưa nay ngoại vốn tinh ý kể ra sự kiện khá đặc biệt này làm cả nhà vừa ngạc nhiên vừa thoải mái cười khì.

Xa Huế, Cả Khuôn càng lớn càng cao lêu nghêu, mặt thỏn, mắt sáng, lông mày rậm, mũi cao, miệng rộng, điển hình là một anh chàng bảnh trai, nhưng sống giữa Sài Gòn phồn hoa đô hội, giọng Huế của hắn vẫn nặng trịch. Người Sài Gòn thời buổi ấy nghe tiếng hắn nói lạ hoắc từ thổ ngữ tới âm điệu đã trở thành đề tài cho chúng bạn đàm tiếu.

- Ê! Tụi bay! Thằng Khuôn hắn đi mô mà bấn bíu rứa hè?
- Hắn đi ăn bánh bèo với thằng Cư Bắc kỳ chớ đi mô.
- Răng mi biết? Mi có chộ lần mô!
- Ớt dột cái thằng ni. Răng tau khôn biết.

Mùa hè 1969, sinh viên Đại học Khoa Học Sài Gòn năm thứ ba Hồ Đắc Khuôn cùng người bạn di cư cỡi Honda xuôi Nam đi nghỉ hè. Nửa tháng ngao du qua khắp các miền Lục Tỉnh Nam Kỳ xuống tận mũi Cà Mau là một kỷ niệm nhớ đời của Cả Khuôn. "Có già đầu hắn cũng không quên". Nghe ngoại nói tôi lớ ngớ hỏi thì ngoại cười: "Hắn bị 'sét đánh' ở Đất Mũi"... Mãi về sau này, Cả Khuôn lấy vợ ở Đất Mũi tôi mới hiểu nghĩa "sét đánh" ngoại nói. Tính ra Cả Khuôn và tôi cũng có chút "dây mơ rễ má", thỉnh thoảng gặp nhau trong những ngày giỗ kỵ bên ngoại.

Thời gian như nước trôi dần vào bể dâu, dĩ nhiên, những bậc trưởng thượng lần lượt quy tiên, lâu rồi. Riêng người cháu họ xa của ngoại là Hồ Đắc Khuôn thì vẫn sống đơn độc với tuổi già nơi xứ lạ quê người. Biến cố tháng 4/1975, giạt qua xứ người, Cả Khuôn và tôi lại "ngộ cố tri" chốn quê người. Lúc hàn huyên tâm sự, tôi mới biết thảm cảnh của Hồ Đắc Khuôn. Thì ra từ ngày Cả Khuôn bị "sét đánh" ở Đất Mũi rồi nên duyên chồng vợ cho tới ngày mất nước chứng kiến cảnh vợ con chết trên đường vượt biên, Hồ Đắc Khuôn sống như người mất hồn một thời gian dài.

Cả Khuôn và tôi đều ở tuổi thất thập. Dù lớn hơn tôi hai tuổi, nhưng từng hứng chịu nhiều cay đắng mùi đời trông Cả Khuôn như ông đồ gàn. Ở cái tuổi "lảy bảy" (ông gọi vậy), tức 77, ông sanh bệnh lười ăn và khó ngủ. "Mà hễ bụng trống một chút là toàn thân run lẩy bẩy, ôn nì," Cả Khuôn phàn nàn. Đến lúc đó ông mới quơ vội một cái gì, như trái chuối, cục kẹo hoặc nhai gấp vài hột cơm, nuốt trọng miếng bánh mì là vững bụng, hết "lẩy bẩy". Nhiều lần tôi khuyên Cả Khuôn nên ăn ngủ cho đều đặn, ông nghe theo nhưng rồi đâu lại vào đó. Ban ngày thì lạng quạng, ban đêm lại khó ngủ. "Khi chập chờn trôi vào giấc ngủ tôi lại mơ thấy toàn ác mộng hay dị mộng, ôn nì," ông lại than. Ngặt một nỗi, lúc choàng tỉnh Cả Khuôn đều nhờ tôi giải mộng. Dù tôi không phải là chiêm tinh gia, nhưng cũng ráng đoán cho ông, lúc hợp lý thì ông gật gù cười, lúc trật lất ông cũng gật gù cười. Gàn mà. Ấy vậy mà một hôm mới bét mắt ra Cả Khuôn lại gọi phone hớn hở khoe: "Tối hôm qua tôi đã mơ một giấc mơ có một không hai, một giấc mơ kỳ thú đến kỳ lạ nếu không muốn nói là kỳ cục, ôn nì."

Thì ra Hồ Đắc Khuôn nằm mơ thấy mình truồng như nhộng mò xuống biển Đông lội về nước. (Tôi giống ông, từ ngày bỏ nước ra đi đã gần nửa thế kỷ chúng tôi chưa trở về lần nào). "Lúc lội ào ào trên sóng biển bạc đầu tôi mới thực sự ngạc nhiên, ở ngần này tuổi mà mình vẫn còn mạnh tảng thần, ôn nì." Cả Khuôn hào hứng nói như thơ: "Mạnh như con trâu đang tắm dưới ao, nhanh như con cá thu ngàn quẫy đuôi dưới nước (ông Khuôn thích ăn cá thu). Lội một mạch vượt qua bao loài cá đua chớp mắt tôi đã về tới quê nhà. Lúc trồi lên mặt nước, đất mẹ đầu tiên tôi chạm không phải là sông Hương núi Ngự mà là bến đò Thủ Thiêm và câu ca dao vẫn còn kẹt giữa mạn đò:

Bắp non mà nướng lửa lò
Đố ai ve được con đò Thủ Thiêm."

Trong mơ Cả Khuôn cũng thấy mình biết đói bụng, tiện tay ông vớt trái bắp nướng lửa lò lên ăn ngon lành. Vừa ăn sồm sộp soàm soạp ông vừa nghĩ tới "con đò Thủ Thiêm" năm xưa năm xưa với thân mình uyển chuyển, eo hông mượt mà, sức khỏe dẻo dai, tiếng hò lồng lộng, chèo đò ngang đưa khách qua lại trên sông Sài Gòn. Sài Gòn vốn là đô thị sông nước, với nhiều kinh rạch như kinh Tàu Hũ, kinh Nhiêu Lộc; rạch thì có rạch Chợ Vải, rạch Cầu Sấu, rạch Chợ Lớn, nhất là có nhiều bến, như bến Bạch Đằng, bến Chương Dương, bến Hàm Tử. Sông Bạch Đằng, cũng như Chương Dương và Hàm Tử là hai địa danh thuộc con sông Hồng từng diễn ra những trận đánh vang dội trong lịch sử chống ngoại xâm.

Ăn no bụng, Cả Khuôn lại mơ thấy mình giã từ Thủ Thiêm bơi một mạch hướng về sông Nhà Bè xuôi Nam. Nhà Bè nước chảy chia hai, nơi ngày xưa chàng thanh niên họ Hồ vừa đặt chân xuống đã bị mái tóc mượt mà của một em bậu quấn quíu khiến anh chàng lạng quạng trợt chân suýt té lăn cù vào đôi mắt ấy. Có duyên mà không nợ, bằng không Cả Khuôn đã ở rể Nhà Bè từ ngàn khuya.

Khi Hồ Đắc Khuôn lội về tới Cần Giuộc, ông leo lên cạn thở dốc. Ngồi trên nương dâu ven sông, nhìn trời mây khô héo Cả Khuôn lẩm bẩm "Xứ chi mà nghèo như Huế mình rứa hè." Nghe Cả Khuôn chép miệng than tự nhiên tôi lơ mơ nhìn thấy thời thơ ấu của tôi tràn về. Tôi bồi hồi nhớ Cần Giuộc, quê nội tôi nghèo xơ xác, nhớ dãy nhà tranh vách đất chìm trong đầm lau sậy cao lút đầu, nhớ đoạn đường đá sạn ngày ngày đưa tuổi thơ tôi qua cầu Rạch Kiến đến trường. Nhắc đến Cần Giuộc tôi hồ như còn nghe văng vẳng bên tai bài *Văn Tế Nghĩa Sĩ Cần Giuộc* của cụ Đồ Chiểu truy điệu 20 nghĩa sĩ vì nước đã hy sinh trong trận đánh đột kích đồn quân Pháp.

Hỡi ơi !
Súng giặc đất rền
Lòng dân trời tỏ
Mười năm công vỡ ruộng, xưa ắt còn danh nổi như phao
Một trận nghĩa đánh Tây, thân tuy mất tiếng vang như mõ...

"Gió Cần Giuộc mang mùi cỏ mục, ôn nì," Cả Khuôn nói. Nhìn trăng lẩn lút trong mây, hắt thứ ánh sáng lờ mờ xuống đất, tự nhiên Cả Khuôn nhìn thấy đám lau sậy trông giống như mớ tóc bòng bong rối nùi, bạc phơ của người đàn bà già trùm xuống phủ kín dãy nhà tranh già nua, khắc khổ, bần cùng. Cả Khuôn có cảm tưởng như cả cảnh nghèo nơi đây thật đìu hiu, trống vắng.

Khi đứng trước cửa Cần Giờ, biển rì rào sóng vỗ cát dương, Hồ Đắc Khuôn nói thao thao Cần Giờ là nơi chứng kiến bao sự kiện lịch sử bi hùng của đất nước, nơi Gia Long tẩu quốc, nơi tàu chiến nước Pháp đầu tiên vào xâm chiếm miền Nam. Cần Giờ cũng là một trong những địa bàn kháng Pháp của anh hùng dân tộc Trương Công Định

Cứ thế, Hồ Đắc Khuôn mơ thấy mình lúc bay như chim, lúc trườn như con thòi lòi, lúc lội lúc bơi đủ kiểu đủ cách cho đến khi sơ ý vấp phải gốc cây mắm ở Đất Mũi ông mới giựt mình thức dậy. Dụi mắt nhìn quanh quất Cả Khuôn lầm bầm: "Thật là một giấc mơ kỳ cục."

Ông Khuôn mất vì bệnh mất trí ở cuối tuổi "lẩy bẩy" của ông.

Mối Tình Đầu

Là người trần gian tới tuổi chớm biết yêu hầu như ai cũng có mối tình đầu để mà thương mà nhớ; rồi tới lúc về chiều cặm cụi ngồi ôn lại để mà nhớ mà thương. Như mối tình đầu của tui chẳng hạn, cái mối tình thơ dại thắc cười đến tội nghiệp.

Hồi nhỏ, anh nhà quê ruộng như tui có biết gì là yêu với đương. Thấy mấy thằng bạn hàng xóm hỉ mũi chưa sạch có đứa làm bộ như có bồ lên mặt dợt le tui cứ tỉnh bơ con sáo sậu. Thì đã nói rồi: tui có biết tình yêu là cái chi chi. Cho tới khi tui bị một con nhỏ có vẻ đẹp liêu trai ở ấp Long Bào, huyện Cần Giuộc nó hớp hồn mà đành sa lưới nhện. Mà thiệt. Đa phần con trai mới lớn không dạn dĩ, đáo để như con gái tới tuổi cặp kê.

Khi sa lưới rồi tui thấy mình càng nhát hích. Ngay cái liếc mắt cũng hồi hộp nói gì hẹn hò nắm tay nắm chân. Tui ngây ngô và ngu ngơ đến độ làm con nhỏ có lúc bực mình. Một hôm con nhỏ tới nhà chơi thấy tui cứ ngồi đực mặt bất thình lình nó xáng tới hun cho mầy một cái "chií...tt" làm thằng nhỏ bật ngửa, giẫy nẩy la chí chóe. Thấy tui quẹt mỏ lia lịa, nhăn mặt phun phèo phèo, con nhỏ ôm bụng cười ngặt nghẽo. Nghe nó cười mà tui ngẩn ngơ. Trời đất. Giọng cười sao mà trong trẻo như pha lê, sao mà hồn nhiên quá ể. Vẻ thuần khiết, cởi mở và lanh lợi của con nhỏ, rõ ràng không nhuốm một chút bụi trần nào. Tui nhìn sững vào mặt nó mới thấy đôi mắt biết cười ướt rượt một trời ngây thơ xanh biếc.

Nhưng mà, chèn đéc quỷ thần thiên địa ôn hoàng hột vịt lệ ơi! Miệng con nhỏ toàn nước mắm mặn chằng hà. Té ra hồi chiều ở nhà nó ăn cơm với cá kho nước mắm sao đó hổng chịu rửa miệng, cứ mang cái mỏ đỏ chét trời cho tới hiên ngang đóng dấu ấn trên đôi môi khờ khạo của tui một phát mặn cho tới gần 80 tuổi đầu vẫn còn... nghe mặn. Hihi.

Rồi ngày này qua tháng nọ, thấy anh nhà quê ruộng tui thiệt tình như thằng khờ bơ ngơ báo ngáo, cà chớn cà cháo hổng dám động tới sợi lông măng, một buổi chiều trời mưa nghiêng nghiêng không ướt áo con nhỏ nguýt một cái, hứ một phát xong che dù phủi đít ngoe nguẩy te rẹt một nước mất tiêu theo ngày tháng không tên.

Từ ngày con nhỏ bỏ đi tui vẫn cứ tỉnh bơ như con sáo sậu, như hổng có mảy may chuyện gì xảy ra cho cái thằng tui ráo trọi.

Có lẽ vì vậy mà năm mười tám tuổi tui vẫn không cảm thấy ai yêu mình mà mình cũng chẳng hề để ý tới ai để yêu, suốt ngày hết cặm cụi mần nhạc tới hí hoáy viết văn, mần thơ, lại thêm cái ngứa tay vẽ vời. Cho tới khi - như một cơn bùng vỡ - ý thức được thế nào là tình yêu đôi lứa, tui mới ngồi nhìn trời mây bay, chắc lưỡi nhớ tới con nhỏ ngày xưa có đôi môi đỏ chét trời cho, có mái tóc mượt mà chảy xuống bờ lưng, và có đôi con mắt biết vui biết nói biết cười của một bản thể sinh nở từ thiên đường.

Làm sao mà quên được đôi môi hồng đào thuở mới lớn đã

dính vào đôi môi khờ dại của tui một vị mặn của mối tình đầu. Cái vị mặn đó ngày nay không còn là vị mặn của nước mắm hay của muối chắt ra từ biển, mà nó trở nên mặn mòi từ một cuộc tình thơ ngây, trong sáng thuở xưa xanh không hề mang nặng cái tư kiến ái dục của một loài hữu tình.

Chèn đéc ơi! Cũng như triệu triệu mối tình đầu chia ly trên cái cõi đời ô trược này, kết cuộc khi trái tim đã biết yêu, biết thế nào là sắc, thanh, hương, vị, xúc, thấy mình yếu đuối và dại dột ra sao... tui cũng đành tự an ủi mình và gượng vui theo câu thơ của nhà thơ Hồ Dzếnh: "tình chỉ đẹp khi còn dang dở". Ngặt nỗi tui là một tên phàm phu tục tử lòng đầy tạp niệm, thà "đời mất vui khi đã vẹn câu thề" hơn là chẳng biết "mối tình đầu" của tui bây giờ trôi giạt ở tận phương trời nào, chồng con, sống chết ra sao.

A di đà Phật.

Tay Vịn Cần Thơ

Cần Thơ và Thôi xa nhau tính đến nay cũng ngót năm mươi lăm năm ròng. Tuy vậy, Thôi và Cần Thơ không có lấy một kỷ niệm sâu đậm nào để nhớ nhau, ngoài một việc mà mỗi lần nhớ lại Thôi vẫn còn "quê" cho đến tận bây giờ.

Năm 1970, chuẩn úy Thôi và các tân sĩ quan hân hoan bước ra khỏi cổng quân trường Sĩ Quan Trừ Bị Thủ Đức. Trước khi cầm sự vụ lệnh đi trình diện đơn vị mới trên vùng II, chuẩn úy Thôi theo người bạn tên Long tốt nghiệp cùng khóa về thăm quê Long ở Cái Vồn, còn gọi là Bình Minh nằm bên này bờ sông Hậu, bên kia là thị xã Cần Thơ.

Tới Cái Vồn, chuẩn úy Thôi mới tới thấy có nhiều nơi dân chúng còn sống trong cảnh nghèo xơ. Buổi sáng Long và Thôi đón xe lôi vô chợ Cái Vồn uống cà phê. Quán cóc cũ rích, mái lợp dừa, bốn bề gió lọt, cất sơ sịa gần bờ sông Cái Vồn. Hớp một hớp cà phê xây chừng lạt như nước ốc mà nhớ nồng nàn ly cà phê Ban Mê ngày nào. Tuy nhiên, cái ly xây chừng âm ấm cầm gọn lỏn trong tay với điếu thuốc Bastos xanh nhả khói cũng đủ để trám tâm hồn hai anh lính tò te mới ra trường. Dĩ nhiên chuẩn úy Thôi không uống cà phê kiểu đổ ra dĩa như các bác xích lô ngồi co một chân trên băng ghế ngựa chúi đầu vừa thổi vừa húp xì xụp.

Sau đó, Long dắt Thôi đi một vòng chợ cho biết đời sống dân tình. Một cô gái dáng người kham khổ đon đả bước tới mời chuẩn úy Thôi mua dưa hấu. Long giành trả tiền. Khom người cạp miếng dưa hấu ngọt lịm, Thôi đảo mắt xuống dòng sông Cái Vồn nước phù sa chảy xiết mà phục những nếp sống thương hồ ngược xuôi. Nghề sông nước quanh năm dạy họ quen tay chèo chống trên những khúc quanh, dòng chảy hiểm nghèo, dễ dàng như người đi trên đường.

Lúc bước lên xe Lam ra về chuẩn úy Thôi vô tình mang theo một ít bùn sình trong chợ dính dưới đế giày vẹt gót. Thôi không muốn trây trét sàn xe nên ngồi im cảm nhận một chút kỷ niệm… dưới chân mình.

Buổi tối cơm nước xong hai anh em ra bờ sông uống rượu với rau răm, hột vịt lộn. Nghe tiếng phà đêm trên sông Hậu, nhìn những ánh đèn mờ tỏ nhấp nháy bên kia Cần Thơ tự nhiên lòng chuẩn úy Thôi dâng lên một mối cảm hoài.

Nửa đêm đoàn convoy Biệt Động Quân dưới phà nối nhau bò lên đậu dọc theo quốc lộ 1 hướng về phía Sài Gòn. Long cho biết đây là đoàn convoy trực thuộc Bộ Chỉ Huy Liên Đoàn 4 Biệt Động Quân đóng ở miền Tây nam phần. So với lính sữa như Thôi và Long, những người lính rằn ri dày dạn sương gió này mới thật sự là những người con của đất nước chiến tranh, xông pha ngoài tuyến đầu.

Sáng hôm sau chuẩn úy Thôi từ biệt người bạn xuống phà qua Cần Thơ đi thăm anh bạn ngày xưa đang học nội trú trong trường Đại học Cần Thơ. Mấy năm trước Thôi qua lại dòng sông này với tâm hồn phơi phới của anh sinh viên du ngoạn mùa hè, bây giờ qua sông dưới hình thù một người lính, chuẩn úy Thôi cảm thấy dòng sông Hậu mênh mông hơn mà gần gũi hơn. Đời lính như đám lục bình trôi, tuy gần nước nhưng đang trôi xa nguồn.

Khoảng nửa giờ sau phà cập bến. Vừa lớ ngớ bước chân lên bờ chuẩn úy Thôi gặp ngay một anh xe thồ lạng tới: "Đi không Thiếu úy?" Thôi ngơ ngác vọt miệng hỏi đi đâu. Nhưng dòm cặp mắt toát lên cái nhìn chế diễu gắn trên bản mặt lém lỉnh của cu cậu, Thôi biết ngay mình ngố. Đúng là Chuẩn úy sữa nhà quê mới ra trường ngô nghê, ngờ nghệch. Nhưng mà cho dù hắn cố tình "lên lon", cà khịa "chỗ này có một em mới cáu cạnh nè, đi đi Thiếu úy", thì Chuẩn úy Thôi cũng cứ lắc đầu nguầy nguậy.

…

Ngày nay ông Thôi ngồi nhớ lại ngày qua sông đi trình diện đơn vị mới, con phà Cần Thơ chở chuẩn úy Thôi đi biệt mà cả con phà và Thôi đều không biết đó là lần cuối cùng "họ" chia tay nhau.

Sau 1975 nhiều người tưởng bỏ xứ đi luôn vậy mà họ còn có ngày trở về thăm lại miền quê sông nước Cửu Long. Ngày nay, người văn minh không còn qua sông bằng phà, mà họ phom phom qua sông bằng cầu. Tội nghiệp những con phà già nua Rạch Miễu, Bắc Mỹ Thuận, Cần Thơ, Vàm Cống không biết bây giờ nhà nước có nấu ra sắt mà ăn hay còn nằm ụ đâu đó nơi bờ bãi nắng mưa dãi dầu.

Riêng Bộ Chỉ Huy Liên Đoàn 4 Biệt Động Quân ra sao? Những người lính oai hùng đó bây giờ ở đâu ai biết. Nhưng chắc chắn có nhiều người đã gục ngã ngoài chiến trường, hoặc nhiều người đang lê lết tấm thân tàn phế ngay trên quê hương mình, cũng có thể, may mắn hơn, họ vẫn còn sống sót đâu đó.

Ngày nay, chuẩn úy Thôi đã lụm cụm về chiều. Ông đang thả hồn trở về Cần Thơ từ một ký ức xa tắp mù khơi. Vịn lấy Cần Thơ, ông ngồi xuống lắng nghe tiếng sông nước vẫn dạt dào chảy từ nửa thế kỷ trước.

Phụ lục

Người Về Hoài Cổ

Ba tôi là một nghệ sĩ cổ nhạc, kéo vĩ cầm mùi rệu. Gốc gác bên Nội tôi mấy đời sinh sống làm ăn trên cuộc đất Cần Giuộc, thuộc miền Tây Nam phần. Nhưng đến thế hệ của Ba tôi, khi lớn lên thời thế đẩy đưa, ông đã trôi giạt ra tận ngoài Huế lập gia đình rồi tấp lên cao nguyên Darlac sinh sống. Darlac với tỉnh lị Ban Mê Thuột từ trước thế kỷ XIX là chốn ma thiêng nước độc, khỉ ho cò gáy, chưa được Triều đình để ý, ngay cả thập niên 1930 - 40, Ban Mê Thuột vẫn không có nhiều người Kinh đặt chân tới xứ này. Về sau Darlac mới được thiết lập thành thủ phủ cao nguyên miền Thượng, ngày càng phồn thịnh về mặt kinh tế, phát triển nhiều địa điểm dinh điền cùng lúc phát huy vai trò của xã hội, chính trị, văn hóa và nghệ thuật. Cứ thế, dòng đời trên núi rừng cao nguyên như cơn gió đổi thay theo từng bước phù trầm.

Tôi còn nhớ, thập niên 1950, mỗi lần gánh cải lương Thanh Minh Thanh Nga của Út Bạch Lan - Thành Được đi lưu diễn khắp nước ghé lên Ban Mê Thuột, họ mời Ba tôi phụ diễn đờn ca. Có dịp Ba tôi cũng mời các nghệ nhân này về nhà đờn ca cải lương hoài cổ linh đình. Sân khấu là nền nhà, không cần phải xênh xang áo mão, diệu võ dương oai, ra tuồng ra tích; chỉ việc ngồi bệt xuống chiếu quanh mâm đồ nhậu mà ca ngâm với dàn đờn ca tài tử.

Ngày tháng theo mưa nắng vẫn miệt mài trôi đi. Ba tôi vốn hồn hậu ngày nào đã trở nên thâm trầm ít nói, cây vĩ cầm cũng gần như vắng tiếng. Chỉ thỉnh thoảng những đêm rằm ngắm trăng bên ly rượu đế, nhã hứng ông mới lấy đờn ra kéo. Ngón đờn điệu nghệ, mùi mẫn càng trở nên nỉ non, uốn éo, não nùng. Các điệu Kim tiền, Lưu thủy, Bình bán vắn, Nam xuân, Nam ai... của Ba tôi và các nghệ sĩ diễn tấu xưa kia đã âm thầm đọng lại thành hồi ức nhớ thương..

Cuộc đời theo dòng sông mà tạo nên dòng đời. Mà đã là dòng đời thì con người như bèo nước trôi dạt muôn phương. Tôi cũng vậy. Từ trên cao nguyên mưa nắng tôi trôi xuống vùng đồng bằng châu thổ. Và tôi nhớ hoài, từ bến phà Ngan Dừa, tỉnh Bạc Liêu, tôi đi, đi hoài, đi mãi tưởng chừng như không bao giờ trở lại, đến khi quay về thì thế sự đã hoàn toàn đổi thay.

Từ miền châu thổ sông Cửu Long tôi xuôi về Cần Giuộc, nơi tôi thường nép mình ngoài cửa lắng nghe tiếng vĩ cầm mùi rệu của Ba tôi, ngón đàn kìm của chú Sĩ, tiếng guitar phím lõm của cậu Năm Bé, tiếng nhị hồ của chú Hiếu hòa cùng giọng hát của danh ca Thành Được và nữ nghệ sĩ Út Bạch Lan.

Năm 1970, lúc trở lại Bạc Liêu tôi lại thấy mình như từ một phương trời xa thẳm bôn ba trở về quê Nam. Lúc đi ngang qua cánh đồng muối tôi nhìn thấy một mái lều tranh cằn cỗi, xiêu tó, trơ trụi trên gò đất ruộng không một bóng người; trên trời thì mây chì ảm đạm dọc ngang, dưới đất thì sắt se gió mặn. Cái cảnh hắt hiu sầu thảm đó của Bạc Liêu đã ăn sâu vào tâm trí tôi cho tới tận bây giờ.

Bạc Liêu là cái nôi của dân ca miền Nam, quê hương của câu vọng cổ đầu tiên ra đời. Bản Dạ Cổ Hoài Lang do nhạc sĩ Cao Văn Lầu sáng tác năm 1918, kể về tâm tình người vợ nhớ chồng xa quê lúc đêm về. Sau này, khi tôi viết bài Lý Con Sáo Bạc Liêu có đoạn vọng cổ cải biên tôi không để cho con sáo của tôi xổ lồng bay xa tới Mỏ Cầy, Bến Tre hay Rạch Giá, Hà Tiên, hoặc Sóc Trăng, Cà Mau..., mà chỉ bay quanh quẩn ở cái xứ cơ cầu.

Nhưng mà thủy chung cũng chỉ là một làn điệu dân ca được thể hiện qua hình ảnh con sáo sang sông với nỗi buồn sầu xứ; còn tôi thì bôn ba khắp Lục tỉnh Nam Kỳ. Những nơi tôi đi qua, thấy gì viết nấy, nghe sao viết vậy vì tôi không quen văn chương thi phú hoa hòe.

Ngày nay tất cả chỉ còn lại dư âm, tất cả, họ đã về thiên cổ. Nhưng cho dù đã ngót 70 năm trôi qua, lời ca tiếng hát của những nghệ sĩ cổ nhạc như còn đọng lại đâu đó trên nền nhà năm xưa của Ba Má tôi.

Đời vốn xô bồ nhưng hầu như họ đã dành hết cuộc đời mình cho nền cổ nhạc đến hơi thở cuối cùng.

Hồ Biểu Chánh Và Tiếng Phật

Hồi nhỏ tới giờ tôi vẫn ưa đọc sách, đọc đủ các thể loại truyện ngắn, truyện dài, tiểu thuyết, khoa học dã tưởng, dịch thuật... Về sau, nghiền ngẫm những tác phẩm của Sơn Nam, Bình Nguyên Lộc, Nguyễn Hiến Lê, Hồ Hữu Tường, Vương Hồng Sển, đặc biệt là nhà văn Hồ Biểu Chánh, tôi như tìm về các ngõ ngách, ruộng đồng, kinh rạch, sông nước miền Tây quê nội tôi.

Đọc Hồ Biểu Chánh để thấy một tâm hồn mộc mạc, đơn thuần như những cuộc đất khẩn hoang với những con lạch muỗi mòng, âm u gợi lên từng địa danh xa vời. Hồ Biểu Chánh sở trường về văn xuôi ẩn chứa một triết lý nhân sinh góp phần bồi đắp nền văn học miền Nam qua hàng trăm tác phẩm giá trị. Người đọc tìm đến Hồ Biểu Chánh bởi nhân cách sống với phong độ nho gia đạm bạc và những trang viết giản dị, trong sáng, lấy bối cảnh miền Nam làm đề tài với những cảnh đời phức tạp, những thành kiến hủ bại của gia đình xã hội thời phong kiến. Phần lớn ông viết về đời sống phong phú của những người dân cần cù lao động làm nổi bật truyền thống dũng cảm, sức chịu đựng, lòng nghĩa hiệp và tinh thần vượt qua mọi gian lao thử thách vào giai đoạn lịch sử dưới thời Pháp thuộc.

Đặc tính trong cách hành văn của Hồ Biểu Chánh là luôn luôn nhấn mạnh vào từng tiếng địa phương, từng chữ đơn sơ, từng nghĩa mộc mạc của ngôn ngữ miền đồng bằng sông Cửu Long.

Mỗi câu truyện của Hồ Biểu Chánh là một bức khắc họa có chiều sâu với những hình thể và màu sắc khác biệt. Nói đến Hồ Biểu Chánh là nói đến dòng thời gian xa thẳm, là tìm về miền ký ức mờ sương. Cho nên đọc Hồ Biểu Chánh, ta có cảm tưởng như đi ngược về dĩ vãng. để tha thiết tìm lại hồn đời của từng nếp sống xa xưa.

Hồ Biểu Chánh viết văn giản dị như nói chuyện. Ông say sưa kể chuyện với cả tâm tình. Những câu chuyện về đồng áng, kinh rạch, sông ngòi, đất đai, nhà cửa..., về bà Hội đồng, ông Hương cả, thầy Tham bái, vị Cai tổng, Quan tham biện cho tới người ăn kẻ ở quê mùa, chất phác đều toát ra cái thần hồn thần tính của họ... Tất cả những cảnh đời nói trên đều được Hồ Biểu Chánh làm sống lại trong văn chương tả chân, phản ánh đúng lề lối sinh hoạt của người dân miền sông nước Cửu Long trong giai đoạn thực dân hóa.

Nhớ mùa hè năm 1969, tôi và một người bạn cùng quê đi Honda ngao du về miền Lục tỉnh Nam kỳ. Cuộc hành trình từ Sài Gòn qua Nhà Bè tới Cần Đước, theo những con đường lồi lõm, sỏi đá và bụi, băng qua những thửa ruộng, những bờ đê ghé về quê nội tôi là huyện Cần Giuộc; thuở ấy làng quê chỉ có những dẫy nhà tranh lụp xụp với con đường đất chạy xuyên qua đầm lau sậy âm u. Từ Cần Giuộc qua cầu Rạch Kiến cặp theo dòng sông Soài Rạp tới cửa Cần Giờ, rồi từ đó xuôi theo hướng Đông ghé vào chợ Dinh, Gò Công nhắm chút rượu chuối với cá khô đồng.

Ban đêm ngủ trong nhà người bà con nghèo khó mà tốt bụng của anh bạn đồng hành nghe tiếng vạc kêu sương, nghe giun dế nỉ non, nghe tiếng heo ụt ịt đòi ăn sau hè làm tôi bồi hồi nhớ tới những câu chuyện tiểu thuyết thời sự xa xưa của nhà văn lão thành Hồ Biểu Chánh.

Đêm hôm đó, nằm trên chiếc chõng tre ọp ẹp, tôi ngắm ánh trăng lặng lẽ luồn qua liếp cửa chảy xuống đọng thành những vũng sáng trên nền đất mà nhớ tới người. Tôi mơ hồ tưởng chừng như ông vẫn còn ở đâu đó trên mảnh đất Gò Công hiền hòa này. Hồ Biểu Chánh sanh trưởng tại làng Bình Thành, tỉnh Gò Công, nơi xưa kia là vùng đồi núi có nhiều chim công. Ông sinh ra để sống và viết. Lúc mất đi, ông để lại cho đời những áng văn chương bất hủ, góp phần bồi đắp cho nền văn học Việt Nam thêm phong phú.

Trong hàng trăm tác phẩm của nhà văn Hồ Biểu Chánh, cuốn tiểu thuyết *Tại Tôi*, khi đọc tôi cảm thấy tự đáy sâu lòng mình thường dâng lên từng đợt sóng u hoài.

Tại Tôi có những bối cảnh, những diễn biến cũng như những nhân vật đầy bi thảm. "Thằng Ba", tức Lý Như Thạch, con thứ của bà Cả Kim và cô con dâu tên Nhung là những nạn nhân của chế độ gia đình thuở xưa. Sinh ra dưới thời phong kiến, Như Thạch chịu sự giáo huấn nghiêm khắc của bà mẹ đồng thời hấp thụ nền văn học Tây phương. Lý Như Thạch đi học xa nhà, cảm nhiễm phong hóa Âu Tây, cưới vợ mà không thưa với bà Cả là trái với gia pháp nên rốt cuộc cả cậu Thạch lẫn cô dâu đều bị bà Cả dứt tình đuổi ra khỏi nhà.

Đoạn thê thảm nhất trong tác phẩm *Tại Tôi* của Hồ Biểu Chánh là, tuy hai người trôi giạt về chốn xa xăm, thương yêu, đùm bọc nhau trong hoạn nạn, chịu đựng nỗi cơ cực, bần hàn, nhưng "họa vô đơn chí". Lý Như Thạch đã hỏng về phương tộc, người bạn đường mà anh yêu quí hết lòng hết dạ, trời xui đất khiến lại bị bịnh tim mà đứt gánh giữa đường. Cô Nhung chết đi để lại người chồng bất đắc chí và "nhánh lá nhà họ Lý" là con Thanh Nguyên còn thơ dại. Vậy mà trời nào chịu buông tha, vẫn bắt số kiếp bi đát của Lý Như Thạch, trong mình mang sẵn bịnh lao, không có tiền chạy chữa thuốc than; cuộc sống quá đày ải lại gặp sự buồn rầu dồn dập, thân thể gầy mòn nên lần hồi ngắc ngoải lìa đời. Không có gì bất hạnh cho bằng con còn nhỏ mà phải trải qua nỗi đau mất cả mẹ lẫn cha.

Cái chết và sự sống qua những câu văn thật bình dị và vô cùng cảm động của Hồ Biểu Chánh khiến tâm hồn người đọc cũng theo ông nghiêng xuống nỗi đau của cuộc đời. Nhưng người chết đã đành, người sống thì sao? May mắn thay, trước khi chết Như Thạch đã để lại một tờ di ngôn cho người bạn chí cốt tên Tự Cường và nhờ bạn nuôi dưỡng giùm đứa con vô gia đình, vô thân tộc. Nhờ vậy, Thanh Nguyên lớn lên trong sự yêu thương hết lòng của người dưỡng phụ, tuy không phải là cha đẻ nhưng tình nghĩa đã gần như một bổn phận thiêng liêng đối với ông.

Tác phẩm *Tại Tôi* của Hồ Biểu Chánh là tiếng thở dài não nuột trước sự bạc bẽo của nhân tình thế thái. Vì lẽ đó, ở cuối chương tác giả đã ôn tồn đưa triết lý Phật giáo vào cốt truyện như muốn khơi lại tánh bổn thiện của những thói đời hệ lụy. Ngọn lửa từ bi là ánh sáng soi đường dẫn lối cho sinh linh thành khẩn chắp tay hướng Phật. Nhưng vì gia tài đồ sộ của dòng họ Lý đã che mờ lý trí của Lý Thị Phụng; con đầu lòng của bà Cả Kim, tự cô chọn vị trí đứng ngoài bóng mát của hạnh từ bi nên y thị không có duyên với nhà Phật, không hề nghe được tiếng Phật. Vì thiếu đức tin nên trong truyện cô Phụng đành đoạn giấu nhẹm lá thư cầu cứu của em mình đang trong cơn thập tử nhất sinh từ xa gởi về, không cho bà Cả hay. Giấu nhẹm thư tuyệt mệnh của em mình để làm gì, nếu không phải là lòng tham không đáy muốn chiếm trọn gia tài đồ sộ kia?

Sự kiện chua xót này được thể hiện bằng lời trách móc của thầy Hội đồng nhắm vào vợ chồng cô Phụng thật là đáng.

"Phụng, thiệt rõ ràng vợ chồng mầy hiệp nhau mà giết em mầy. Ngày thằng Thạch dắt vợ nó về, chị Cả giận đuổi nó, vợ chồng mầy không có được một lời can gián. Khi nó gần chết, nó viết thư như vầy, mà vợ chồng mầy giấu biệt không cho chị Cả hay. Bây ăn ở như vầy thì khốn nạn quá. Tao hiểu hết. Bây muốn cho thằng Thạch chết mà lại tuyệt tộc nữa đặng bây muốn ăn gia tài cho trọn.. Không được đâu, thái độ của bây như vậy trời không cho bây hưởng trọn giàu sang đâu..."

Nhưng mà trời Phật có bỏ ai dâu, chẳng qua người xấu gieo nhân xấu thì gặt quả xấu, đúng như nhà Phật có câu gieo nhân gặp quả, vậy thôi. Đó là sự công bằng, cũng là chuyện thường hằng của nhân thế.

Và rồi việc gì tới phải tới. Từ ngày vợ chòng Lý Như Thạch chết đi, con Thanh Nguyên, cháu nội bà Cả Kim lớn lên biết chuyện, không chịu nhận cội nguồn; còn thằng Hữu Nhơn, con của vợ chồng cô Phụng bạc nghĩa kia lại mắc phải chứng dở khùng dở điên. Cái cơ ngơi to lớn của bà Cả lúc nào cũng tràn đầy ánh nắng, sau cuộc tang thương đã trở nên lạnh lẽo khác thường. Cái gì làm cho ngôi nhà kia âm u, và thân tộc kia trở nên buồn bã? Cuộc bể dâu vỗ từng cơn sóng dữ vào lòng nhân thế là như thế. Cũng là chuyện thường tình.

Ta hãy nghe Hồ Biểu Chánh kết thúc câu chuyện đầy chua chát này:

Ông cai tổng Quyền lắc đầu rồi cười gằn: "Rõ ràng hễ làm dữ thì gặp dữ".

Còn bà Cả Kim ngồi im lìm, mắt ngó sững ra ngoài sân một hồi lâu, bà thở một hơi dài thiệt dài rồi nói: "Tại tôi hết thảy!".

Nhìn lại suốt quãng đời cầm bút của nhà văn lão thành Hồ Biểu Chánh, vì sự thôi thúc của bản năng và nỗi dằn vặt nội tâm khiến cho cuộc sống cổ sơ và các tác phẩm văn chương của ông đều toát ra vẻ hiền hòa, chân thực không những dành riêng cho mình mà con dành cho những con người miền Nam quê mùa, chất phác.

Hồ Biểu Chánh là một trong những nhà văn có giá trị của miền Nam nước Việt nói chung và của miền đồng bằng sông Cửu Long nói riêng.

Người Rạch Giá Bình Thường

người kể chuyện

Thứ bảy tuần rồi anh Tâm Rạch Giá, bạn tôi, lập nghiệp ở Tuy Hòa đã lâu năm, có email cho tôi bài viết về một người đàn ông thành đạt ở Rạch Giá. Tôi đọc thấy hay, cảm nhận cuộc đời thật là phong phú.

Anh kể lâu lắm anh mới có dịp trở về quê sau nhiều năm xa cách. Đứng trên bến đò xưa, chăm chú nhìn hoàng hôn tím thẫm lan trên dòng phù sa đỏ ối anh thương những con đò dập dềnh ngược xuôi trên sông nước. Vẫn còn đó cây đa, bến cũ, vẫn tiếng mái chèo khua nước, tiếng gọi đò ơi quen thuộc. Tất cả, gom thành một buổi chiều hiền lương theo anh trôi vào cảnh cũ, kỷ niệm xưa, nơi người xưa như con sáo đã bay đi biền biệt tự thuở nào. Ở đây, anh nói anh nhớ lại nhiều người và nhớ một người Rạch Giá bình thường.

Anh kể một câu chuyện bình thường về một người đàn ông bình thường trong hàng triệu triệu người bình thường từng sống trên đời này. Ông tên Châu Ngọc, một doanh gia thành đạt trước 1975 ở thị trấn Thứ Ba, Rạch Giá, đã ra đi ở độ tuổi chín mùi 102.

Sau 102 năm sống đùm bọc, chắt chiu cùng gia đình vợ con cháu chắt, ông đã qua đời trong một bệnh viện ở quê người. Thật ra, nếu không bị trượt ngã ông vẫn sống bình thường như thường ngày cùng con cháu.

Nhớ lúc ở tuổi bách niên, ông được Nữ Hoàng Anh quốc Elizabeth và thủ tướng Trudeau Canada gởi bằng mừng thọ người cao tuổi.

Nhìn lại cuộc đời ông, cái gọi là ốm đau, bệnh tật hễ thấy ông đều cười cười rồi né tránh, lũi đầu, chạy mặt. Ông vạm vỡ trong cuộc sống, cường tráng qua từng thời kỳ đất nước thái bình đến chiến tranh. Sống đến 102 tuổi đâu phải dễ, cũng chẳng có nhiều người. Tử thần đã từng mệt mỏi trước sức sống bền bĩ của ông, cuối cùng mới chộp được ông.

Ông sinh ra để làm việc. Ông coi công việc kinh doanh như một loại hình nghệ thuật, một vẻ đẹp giữa nhốn nháo sự đời. Ở tuổi cường tráng, siêng năng, xốc vác đã tạo cho ông cái khí cốt lực lưỡng của một nhà kinh doanh thành đạt: nhà cao cửa rộng, tàu bè trăm tấn, đất đai mầu mỡ.

Với ông Châu Ngọc, nghề kinh doanh mới thực sự là thành trì vững chắc của một doanh nhân. Theo nghĩa này, ông trở thành một nhân vật mang tính biểu tượng về ngành nghề đầy sức mạnh thể chất và tinh thần. Giàu có vậy, nhưng gia đình ông bà đều lấy đức làm trọng nên ở chợ Thứ Ba ai cũng nể vì. Thị trấn Thứ Ba, nơi xưa kia là đơn vị hành chánh Kiên An do người Pháp thành lập đầu năm 1936, trụ sở đặt tại chợ Thứ Ba.

Tuy nhiên, tình huống lịch sử xẩy ra ở miền Nam nước Việt ngày 30/4/1975 dẫn đến việc mất nước. Tất cả sản nghiệp đồ sộ của ông Châu Ngọc gầy dựng từ bao năm bị chế độ mới tịch thu, buộc gia đình ông phải rời khỏi thị trấn Thứ Ba. Từ đó, ông âm thầm đưa gia đình lần lượt vượt biên đến trại ty nạn sau đó đi định cư tại Canada cho đến nay.

Hồi ở lính, đọc cuốn sách For Whom The Bell Tolls (Chuông Gọi Hồn Ai) của nhà văn Mỹ Ernest Hemingway, tôi có cảm tưởng như mỗi lần người lính ngã xuống hoặc bất cứ người dân vô tội nào tử nạn thì tiếng chuông rung lên, tiếng chuông không phân biệt dân tộc, màu da, tuổi tác hay giới tính, rung lên như một cách thể hiện lòng quý trọng người mới qua đời. Tác phẩm For Whom The Bell Tolls được xuất bản năm 1940 đã miệt mài rung chuông gọi hồn nhưng mãi đến giữa năm 2023 mới tới phiên ông Châu Ngọc.

Thời kỳ Phản Thanh Phục Minh, để tránh bị truy sát, ông Châu Hiệp gốc người Minh Hương xuống tàu vượt biển đến Việt Nam, lập gia đình mới có ông Châu Ngọc. Sau này ở Rạch Giá, ông Châu Ngọc kết hôn với bà Thái Thị Mười, sanh được sáu người con, ba trai, ba gái, đều đã trưởng thành. Thời thế đổi thay, bà Thái Thị Mười cùng gia đình vượt biên từ năm 1981 đến lúc qua đời bà vẫn chưa về Việt Nam lần nào.

Ông Châu Ngọc, người đã về thiên cổ, nhưng về mặt tinh thần ông đã để lại cho con cháu chắt chit của ông một sản nghiệp đồ sộ, vẫn còn mãi đó trong tâm thức cái cơ ngơi sống động, tuyệt vời như một nếp nhà thanh khiết mà cũng như một ngọn đèn bình thường soi đường cho con cháu mạnh bước về phía trước.

Quả là một câu chuyện bình thường về một con người bình thường mà xúc động, phải không.

Rạch Giá Ngồi Một Mình

người kể chuyện

Cho tới bây giờ, sau 55 năm tôi vẫn còn "nghe thấy" Rạch Giá cười cười dang tay đón mừng tôi ngay khi tôi đặt chân tới trước Cổng Tam Quan, một biểu tượng thần kỳ mà cũng là linh hồn của Rạch Giá.

Hồi đó, năm 1970, đường Sài Gòn - Rạch Giá lở lói, lởm chởm những ổ gà, ổ voi. Chuyến xe xuôi Nam như con ngựa sắt già nua, ốm đói, xục xịch, lắc lư đưa tôi cùng anh bạn đồng hành người Rạch Giá về miệt Phú Lâm, chạy qua Bình Chánh, qua cầu Bến Lức, qua phà Mỹ Thuận về Bắc Vàm Cống, qua ngã ba lộ tẻ theo con đường số 8 hướng về thị xã Rạch Giá. Hồi đi học mỗi lần nghỉ hè về Tiền Giang thăm quê nội lòng tôi như trẻ nhỏ lúc nào cũng nôn nao háo hức; lần này xuống tuốt miền Hậu Giang lòng càng náo nức nôn nao.

Tôi còn nhớ xe đò vừa qua cổng Rạch Mẻo theo con dốc đổ dài vào thị trấn Rạch Giá, hình ảnh đầu tiên đập vào mắt tôi là cách cấu trúc sống động của Cổng Tam Quan đứng sừng sững giữa trời và đất từ bao giờ. Biểu tượng muôn đời của người Rạch Giá lúc đó trông cũ kỹ nhưng không kém vẻ trang nghiêm.

Về sau này tìm hiểu thì được biết cổng Tam Quan do nhà thầu Mười Cối dựng năm 1955 qua họa đồ của thầy Lộc, một nhân viên công chánh địa phương. Về ý nghĩa Cổng Tam Quan thì bậc Thiền giả kiến giải như sau:

Tam Quan là ba cửa. Một bên là Không quan. Một bên là Giả quan. Ở giữa là Trung quan. Người mới nhập đạo thích vào Không quan những mong sớm tiêu trừ nghiệp chướng nặng nề để thành Không. Học đạo rồi mới hiểu cái mình có là giả nên hướng qua Giả quan. Sau khi ngộ đạo là khai huệ, mở được con mắt bát nhã mới biết cái mình cảm thấy vừa không phải là Không mà cũng không phải là Giả. Nghĩa là bậc thiện tâm đã bước qua Trung quan. Lúc đó người lẫn tam quan đều tan biến.

Qua ba cách nhìn của nhà Phật làm tôi nhớ mấy vần thơ nổi tiếng của thi hào Tô Đông Pha, một quan đại phu đời nhà Tống cảm tưởng (tôi không còn nhớ nguyên bài thơ chữ Hán *Lô sơn yên tỏa Chiết giang triều...*, chỉ nhớ bản dịch):

Khói ngút sông Lô sóng Chiết giang/ Khi chưa đến đó luống mơ màng/ Đến rồi hóa vẫn không gì khác/ Khói ngút sông Lô sóng Chiết giang.

Cũng như Thiền sư Thanh Nguyên Duy Tín đời Tống có lời tự thuật như sau:

"Sãi tôi ba mươi năm trước, khi chưa học Thiền thấy núi là núi, thấy nước là nước. Nhân sau theo bậc thiện tri thức chỉ cho chỗ vào thì thấy núi chẳng phải núi, thấy nước chẳng phải nước. Rồi nay thể nhập chốn tịch tĩnh, y nhiên, thấy núi chỉ là núi, thấy nước chỉ là nước"

Xe đò vừa tới bến trời cũng đã xế chiều. Bến xe đò nằm

cạnh rạp hát Châu Văn ngó qua bên đường là chợ búa cuối năm khá nhộn nhịp. Ngồi ăn cơm chiều ở một quán cơm lộ thiên người qua kẻ lại, người mua kẻ bán vui vẻ tấp nập tôi lại nhớ tới nhà văn Sơn Nam nói về nguồn gốc Rạch Giá quê ông: *"Xứ quê của tôi là con rạch mà nơi cửa biển mọc nhiều cây giá nguyên sinh, cây giá giờ đã biến mất, nhưng đã để lại một địa danh, một thành phố hiện đại."*

Cơm nước xong trời còn sớm bạn đưa tôi đi loanh quanh vô nhà lồng chợ rồi rảo bước ngược ra hướng Cầu Đúc (tức Cầu Kinh) về nhà bạn. Đứng trên cầu ngó xuống dòng nước lấp loáng những vệt nắng hoàng hôn tự nhiên lòng tôi cảm thấy buồn hiu. Rồi tôi ngước lên nhìn ngọn đèn đỏ phía mờ xa vươn lên cao vút, âm thầm soi mình trong chạng vạng tối.

Ngày hôm sau, bạn dắt tôi vô nhà lồng chợ lót bụng tô bún cá Kiên Giang nổi tiếng thơm ngon và cà phê sáng ở quán Văn xong chúng tôi rảo bước ra trước khu chợ nhà lồng chiêm ngưỡng bức tượng đồng Nguyễn Trung Trực (1838-1868). Đứng trước bức tượng đồng của người anh hùng dân tộc khởi nghĩa chống thực dân Pháp tôi nghĩ đến nỗi buồn trời biển của Đốc Binh Tiền Đạo Nguyễn Trung Trực, một đấng trung can nghĩa đảm đã cùng các trang nghĩa sĩ vì nước đứng lên chống quân xâm lược. Tuy nhiên khi lâm cảnh mạt lộ, ông đã tự ý ra nộp mình cho giặc để đồng bào khỏi bị chết oan và để mẹ già khỏi bị hành hạ. Nỗi buồn bất đắc chí của Quan Thượng Đẳng Đại Thần Nguyễn Trung Trực là cái tang lịch sử chung cho cả nước. Cái tang dân tộc đó khởi từ ngày 27 tháng 10 năm 1868, nhằm ngày 12 tháng 9 năm Mậu Thìn tại chợ Rạch Giá kéo dài cho tới ngày nay và mãi mãi về sau.

Đặc biệt trong phong trào kháng Pháp của Nguyễn Trung Trực có phó tướng Lâm Quang Ky (1839-1868) với tinh thần xả thân vì đại nghĩa. Năm 1868, sau khi bị quân Pháp phản công trong trận đồn Kiên Giang, phó tướng Lâm Quang Ky đã quyết định hy sinh để cứu chủ tướng. Cuối cùng ông và các nghĩa quân bị bắt và bị xử chém tại chợ Rạch Giá.

Ngoài ra, Rạch Giá cũng là nơi ông Phó cơ Điều vì nước hy sinh. Năm 1686, nhằm ổn định tình hình xung đột giữa người Việt và người Khmer, triều đình nhà Nguyễn phái Nguyễn Hiền Điều (giữ chức Quản cơ nên gọi là Phó cơ Điều), từ Vĩnh Long về Tà Niên dẹp loạn. Ông đã hy sinh tại gốc cây trâm, bên bờ rạch Tà Niên.

Rạch Giá có từ lâu đời nên Rạch Giá có rất nhiều di tích lịch sử đáng kể.

Ngoài di tích lịch sử Đình thần Nguyễn Trung Trực tọa lạc tại trung tâm thị xã Rạch Giá, còn có các đền thờ vị anh hùng này ở Phú Quốc, Gò Quao, Hòn Đất, Tân Điền, Vĩnh Hòa Hiệp (Tà Niên)… Cũng cần nói thêm Phó tướng Lâm Quang Ky và Phó cơ Nguyễn Hiền Điều (Phó cơ Điều) hiện được thờ chung trong Đình thờ Nguyễn Trung Trực.

Ngoài ra, các di tích lịch sử khác không kém phần quan trọng như Chùa Láng Cát (1455) và chùa Phật Lớn (1504) là hai ngôi chùa lâu đời của người Khmer. Chùa Quan Đế của người Hoa xây dựng năm 1752, thờ Quan Thánh Đế (Quan Vân Trường). Chùa Tam Bảo do Bà Hoặng (Dương Thị Oán) thành lập vào cuối thế kỷ 18, từng giúp Nguyễn Ánh thoát khỏi sự truy nã của quân Tây Sơn

Về giáo dục học đường, thời đó Rạch Giá có nhiều trường tiểu học và trung học. Ngoài trường Hùng Vương, Vĩnh Lạc, Kiên Thành, Võ Văn…, có ba ngôi trường mang tên anh hùng dân tộc Nguyễn Trung Trực, Lâm Quang Ky và Phó Cơ Điều.

Sống đời có những nỗi buồn thâm hậu mà thời gian trăm năm cũng chẳng phôi pha, giống như những nỗi buồn dẫu phớt nhẹ cũng đủ làm đời lay động, nhưng mà cũng có những nỗi buồn chẳng ra gì, chẳng thấm thía chi như cái buồn tôi mang trong lòng khi tôi bỏ xứ mà đi.

Hôm nay là ngày đầu năm mới 2025 tôi xa Rạch Giá vừa tròn 55 năm. Rạch Giá ngày nay đã thẩm mỹ hóa như một thiếu phụ tân thời đến nỗi người Rạch Giá kỳ cựu đi xa về có người không còn nhận ra chốn xưa. Rạch Giá xưa vốn mộc mạc, hiền lành như một cô thôn nữ miệt thứ. Trong tâm khảm tôi, Rạch Giá xưa vẫn hiền hòa và vẫn còn Rạch Giá ngồi một mình.

Dọc Đường Gió Biển

Mùa hè 1969, anh bạn học hồi trung học trên Bản Thuột, tên Ngọc lai, xuống Sài Gòn rủ tôi về Gò Công chơi, sẵn rảnh rỗi, tôi ok cái rụp. Buổi sáng cơm nước trong chợ Tôn Thất Đạm xong hai anh em phóng xe Honda 90 phân khối phom phom qua cầu Khánh Hội dọt về hướng Nhà Bè cách Sài Gòn 11km.

Thập niên 60 đất rộng người thưa, ít xe cộ ngược xuôi, buổi sáng xe Honda lướt gió băng qua cầu Tân Thuận, xuống Tân Quy, Tân Phong, Phước Kiến chừng 15, 20 phút là tới Nhà Bè.

Ở Sài Gòn mòn đất, lần đầu tiên tôi mới đặt chân tới Nhà Bè. Huyện Nhà Bè là một vùng đất khai hoang từ năm 1698. Sông Đồng Nai phát nguồn từ cao nguyên Lâm Viên (Lang Biang) chảy qua các tỉnh Lâm Đồng, Dak Nông, Bình Phước, Bình Dương, Đồng Nai, Sài Gòn. Từ Biên Hòa sông chảy đến Nhà Bè thì chia làm hai nhánh. Do đó, Nhà Bè nằm ở ngã ba sông Sài Gòn và sông Đồng Nai nên có câu ca dao bất hủ vẫn còn truyền tụng trong dân gian:

Nhà Bè nước chảy chia hai
Ai về Gia Định, Đồng Nai thì về

Nhưng sao gọi là Nhà Bè. Thì ra Nhà Bè là nhà cất trên cái bè bằng gỗ, nổi trên mặt nước sông. Mặc dù lần đầu tiên tôi đặt chân tới Nhà Bè, song "cái duyên sông nước" có từ bao giờ:

Vừa đặt chân tới Nhà Bè
Liếc thấy trong quán em e ấp cười
Anh từ quê núi xuống chơi
Cái duyên sông nước không mời mà thương

Qua sông Nhà Bè, chúng tôi tiếp tục hướng về Cần Giuộc cách Nhà Bè khoảng 15km. Cần Giuộc thuộc đất Gia Định xưa của nhà Nguyễn. Đất nơi đây mọc rất nhiều cây chùm duột (còn gọi là tầm ruột, chùm giuộc) gốc Khmer là Kantuôt nghĩa là "cây chùm giuộc" mà thành tên Cần Giuộc.

Cần Giuộc còn là sông chảy từ Chợ Đệm, Sài Gòn đến cửa Soài Rạp, dài 38km. Năm 1859, sau khi chiếm thành Gia Định, giặc Pháp mở rộng cuộc tấn công ra các vùng lân cận. Năm 1861, giặc tấn công Cần Giuộc, những người nông dân áo vải với tầm vông, giáo mác, những nông cụ thô sơ làm vũ khí đã cùng nhau đứng lên đấu tranh, sẵn sàng hy sinh vì nghĩa lớn.

Để tỏ lòng kính trọng, biết ơn, tự hào, tưởng tiếc 22 nghĩa sĩ Cần Giuộc đã hy sinh trong trận tập kích đồn Tây, nhà thơ yêu nước Nguyễn Đình Chiểu đã soạn ra một bài văn tế nghĩa sĩ Cần Giuộc kết hợp giữa văn chương bác học và ngôn ngữ bình dân tạo thành một tác phẩm nghệ thuật bất hủ trong kho tàng văn học nước nhà.

Nước mắt anh hùng lau chẳng ráo, thương vì hai chữ thiên dân

Cây hương nghĩa sĩ thắp nên thơm, cám bởi một câu vương thổ.
(Đồ Chiểu: Văn Tế Nghĩa Sĩ Cần Giuộc)

Cần Giuộc cũng là quê nội, nơi tôi đã sống một thời gian ngắn từ thuở ấu thời. Cho tới khi tôi trở lại sau gần hai mươi năm xa cách, làng quê xưa vẫn nghèo, vẫn nhà tranh vách đất chìm trong đầm lau sậy cao lút đầu. Người xưa nghèo nhưng tâm hồn không nghèo, luôn bình dị, mộc mạc, hồn nhiên qua mấy vần ca dao:

*Mưa trong đám sậy mưa luồn
Giơ tay hứng nước rửa buồn cho em*

*Khuất đám đưng, dòm chừng đám sậy
Bớ cô bận áo vá quàng, đứng dậy cho anh coi!*

Vô trong chợ Trường Bình, Cần Giuộc, ăn tô bún Xiêm-lo, món ngon của người Khmer, xong chúng tôi tiếp tục lên đường về Cần Đước.

Cần Đước

Từ Cần Giuộc về Cần Đước chừng 15km, nhưng vì huyện lộ gồ ghề, lồi lõm, mất khoảng nửa giờ đồng hồ mới tới Cần Đước. Tuy nhiên, để kịp về Gò Công trước khi mặt trời lặn, cũng như sợ trời mưa bất tử đường trơn trợt khó đi, chúng tôi chỉ nghỉ chân ở bờ Kinh Nước Mặn năm mười phút rồi lên xe dông luôn. Ấy vậy mà "Thiên bất dung... thiện nhân". Chúng tôi vừa để máy vọt đi thì trời rớt hột. Mưa đã bất tử mà anh bạn đồng hành còn bất tử hơn mưa.

Thay vì đội mưa về Gò Công hắn lại đổi ý muốn hai thằng vô chợ Cần Đước mần vài chung rượu đế Gò Đen (Bến Lức) và thịt con cần đước đưa cay cho ấm lòng khách viễn du.

Đời sinh viên tôi ở tuổi hai mươi "nghe gió nóng bên vành tai" nhưng chưa từng biết mùi rượu đế hay mùi con gái nó ra làm sao. (Xin đừng cười tôi nói sự thiệt). Thấy tôi có vẻ ngần ngừ anh bạn Ngọc lai vốn vui tính bèn đi một đường triết lý vụn: "Cần Đước là quê tui mờ. Ngồi nhâm nhi vài hớp Gò Đen, nhắm nháp vài miếng cần đước trên đất quê mình, thế là sướng để đâu cho hết, ông Tấn he." Nuốt nước miếng hắn chợt xổ tiếng Tây làm tôi phải phì cười: "Mẹc-xà-lù! Mặc kệ đời vốn phù du".

Ngồi rung đùi trong quán chợ dòm trời mưa rơi, anh bạn đồng hành của tôi ra chiều khoái trá. Ngọc lai (cha Ấn Độ mẹ Việt) vốn đẹp trai, con nhà giàu, học dở, nhưng nhờ hắn ăn chơi có hạng tôi mới biết nguồn gốc "Rượu đế Gò Đen".

Gò Đen là một địa danh nổi tiếng về rượu đế. Từ thời Pháp thuộc, người Pháp cấm không cho nấu rượu nhằm độc quyền loại rượu Công-xi (Compagnie), người dân Gò Đen phải lén nấu rượu trong các lùm cỏ đế để che mắt thực dân nên có biệt danh "Rượu đế Gò Đen", một loại hảo tửu thuộc huyện Bến Lức tỉnh Long An.

Còn con cần đước (hay càng đước) là một động vật ăn tạp tương cận với giống rùa khác. Với loại người không thuộc típ ăn chơi, dở ẹc như tôi thì thịt cần đước cũng hệt như thịt rùa, ba ba, cua đinh hay vít mà thôi. Đứng trên đất Cần Đước, tôi còn nhớ thời học sử địa bậc trung học nên biết chút ít về địa danh miền biển và dân tình hiền hòa này.

Cần Đước là một huyện ven biển, giáp với sông Rạch Cát và sông Vàm Cỏ. Tên gọi Cần Đước có nguồn gốc lâu đời từ tiếng Khmer là Andoek (đọc là Andơk), có nghĩa là "con rùa". Nhưng cũng có ý kiến là thuở xa xưa có nhiều giống thuộc họ rùa (con Cần Đước) sinh sống rất nhiều ở vùng này mới có địa danh Cần Đước.

Theo học giả Vương Hồng Sển: Tên Cần Đước chính thức được dùng để chỉ một đơn vị hành chánh tứ năm 1923, khi Sở đại lý Rạch Kiến đổi tên là Sở đại Lý Cần Đước và đến năm 1928, Sở đại lý Cần Đước chính thức đổi thành quận Cần Đước cho tới ngày nay.

Tìm hiểu lịch sử Cần Đước tôi thấy có nhiều cái hay, lạ đáng ghi nhớ, như:

- Cù lao Long Hựu có nhà trăm cột (gồm 120 cột) do Ông Cả (Trần Văn Hoa) xây dựng từ năm 1898. Nay nhà Ông Cả là một di tích có giá trị nghệ thuật kiến trúc lâu bền.

- Chùa Phước Lâm (Phước Lâm Tự) là một ngôi chùa cổ tọa lạc ở ấp Xóm Chùa, xã Tân Lân do ông Bùi Văn Minh xây dựng từ thế kỷ XIX.

- Cần Đước cũng được coi là một trong những cái nôi của nghề đờn ca tài tử. Cố nhạc sư Nguyễn Quang Đại (Ba Đợi) sinh năm 1855, từng hoạt động âm nhạc chuyên nghiệp trong dàn nhạc cung đình Huế, là hậu tổ của nghề ca cổ. Năm 1885, ông theo phong trào Cần Vương vào Nam truyền dạy âm nhạc ở nhiều địa phương. Ông mất ở Rạch Cát, Cần Đước.

- Cần Đước là nơi sanh ra cô Ba Trà (tên thật Trần Ngọc Trà) nổi tiếng khắp Lục Tỉnh Nam Kỳ, là một trong những "Đệ nhất mỹ nhân Sài Thành xưa".

- Rạch Kiến là một địa danh thuộc xã Long Hòa. Theo dân gian giải thích là xưa có nhiều kiến làm tổ trên những lùm cây nên gọi là Rạch Kiến, hoặc xưa có người đàn bà tên Kiến ở cạnh rạch mới gọi là Rạch Kiến.

- Đồn Rạch Cát là một căn cứ quân sự phòng thủ rất kiên cố do người Pháp xây dựng bên bờ sông Rạch Cát từ năm 1904. Ngày nay đồn vẫn còn ghi dấu lịch sử về sự thất trận của quân Pháp xảy ra giữa cuộc chiến với dân quân Cần Đước, Long An hồi cuối thế kỷ XIX.

- Xã Mỹ Lệ, thủ phủ của gạo Nàng Thơm Chợ Đào nổi tiếng trong câu ca dao:

Gạo Cần Đước, nước Đồng Nai
Ai về xin nhớ cho ai theo cùng

- Người Cần Đước ở xã Phước Đông giỏi về nghề đóng ghe chài lớn, chở nặng, đằm, chắc, nổi tiếng khắp miền lục tỉnh. Mũi ghe thường sơn xanh, sơn đỏ quanh cặp mắt lớn, xếch ngược. Thuở xa xưa, Cần Đước thuộc Gia Định, giới thương hồ Cần Đước rất tự hào về chiếc ghe "mũi đỏ xanh lườn":

Ghe ai mũi đỏ xanh lườn
Phải ghe Gia Định xuống vườn thăm em

- Cần Đước có kInh Nước Mặn do người Pháp đào năm 1879 dài gần 1km để thông hai đầu sông Rạch Cát và sông Cần Giuộc giúp giới thương hồ vận chuyển hàng hóa, mắm muối xuôi ngược khắp sông nước miền Nam. Nhờ vậy mà những tay chạy buồm cừ khôi của xứ Cần Đước bớt qua lại Vàm Bao Ngược gần biển rất rộng và nhiều hiểm nguy do những đợt sóng 'lưỡi búa" hết phải thở than:

Anh đi ghe gạo Gò Công
Về vàm Bao Ngược gió giông đứt buồm.

Gò Công Vùng Địa Linh Nhân Kiệt

Cần Đước cách thị xã Gò Công chừng 20km về phía bắc.
Buổi sáng từ chợ Cần Đước, ăn sáng xong chúng tôi chạy tới Chợ Đào mua mấy lọ mắm còng Cần Giuộc, vài lít gạo Nàng Thơm mang về Gò Công làm quà biếu người thân của anh bạn Ngọc lai.

Long An, vùng đất của các loại mắm như mắm cá thia, mắm cá linh, mắm tôm chà, thì mắm còng Cần Giuộc của xã Phước Lại, huyện Cần Giuộc được mệnh danh xứ sở của loài còng, là món ăn dân dã, đạm bạc nhưng đậm đà hương vị không thể thiếu của người dân miền sông nước.

Còn gạo Nàng Thơm Chợ Đào là loại gạo nổi tiếng ở huyện Cần Đước, xã Mỹ Lệ, tỉnh Long An; tôi không biết có sự tích về tình yêu của chàng Lúa với nàng Thơm ở mảnh đất chợ Đào hay không, nhưng từ đời Minh Mạng, gạo Nàng Thơm đã trở thành gạo quý hiếm để tiến vua.

Chuẩn bị các thứ cần thiết xong chúng tôi tà tà chạy về Gò Công. Theo Quốc lộ 50, chiếc Honda 90 phân khối nổ giòn, lăn bánh qua khu dân cư Phước Đông (nổi tiếng về nghề đóng ghe chài hạng nặng), qua ngã ba kinh Nước Mặn, qua cầu cống, trạm xá, công viên, chùa chiền… Khi xuống bến phà Mỹ Lệ vượt sông Vàm Cỏ mênh mông sóng nước, nghe tiếng con phà rù rì, xục xịch qua sông tôi lại nhớ hồi học trung học đệ nhị cấp, tôi từng bơi ngược nước sông Vàm Cỏ. Anh bạn học quê ở xã Lương Hòa, Long An rủ tôi về quê anh... bơi đua. Nói cho vui chớ người ở núi như tôi làm sao bơi cho kịp người sông nước. Mà sông Vàm Cỏ đâu có hiền, nước chảy rất xiết, nhanh và mạnh, phù sa thì đỏ chành chạch. Lúc tôi lóp ngóp lên bờ đứng vuốt ngực thở dốc thì anh bạn đã hút gần xong điếu thuốc.

Rời bến phà Mỹ Lệ bước lên đất Gò Công, chúng tôi lại chạy tiếp đâu chừng chục cây số thì rẽ phải chạy tới cuối đường (hình như đường Hồ Biểu Chánh), vượt qua sông Trà rồi lại rẽ phải vô huyện lộ 7, tiếp tục chạy phờ râu, xì khói, tét ống bô mới tới Vĩnh Bình thuộc Gò Công Tây, quê bà chị của anh bạn đồng hành.

Nhắc đến Vĩnh Bình, tôi lại nhớ bài hát Người Anh Vĩnh Bình của nhạc sĩ Nguyễn Đức Quang, anh em du ca Sài Gòn chúng tôi mỗi lần sinh hoạt vẫn thường hát. Tuy nhiên, Vĩnh Bình có hai địa danh nên tôi không biết "Người Anh Vĩnh Bình" này ở Gò Công, Tiền Giang hay ở An Giang, Hậu Giang.

Buổi chiều, vợ chồng bà chị dắt tụi tôi vô chợ ăn món bánh hỏi tôm chà. Chợ chiều ở quê tuy vắng vẻ nhưng nhìn chung những món ngon của thị xã Gò Công có tuổi đời hàng trăm năm vẫn còn nổi tiếng quốc túy.

Mắm tôm chà Gò Công được làm từ những con tôm đất có nhiều gạch son còn tươi rói. Ngoài bánh hỏi, mắm tôm chà có thể ăn kèm với bánh tráng cuốn rau sống, thịt heo luộc, chấm nước mắm tỏi ớt cay xé họng, mùi vị đậm đà khó quên. Bởi vậy, Gò Công có câu:

"Dù ai xuôi ngược Sông Trà, ghé ăn bánh hỏi mắm tôm chà Gò Công".

Hoặc:

Gò Công giáp biển, nổi tiếng mắm tôm chà
Mắm tôm chua ai ai cũng chắt lưỡi hít hà
Sài Gòn, chợ Mỹ ai mà không hay

Tỉnh Gò Công được thành lập năm 1900 dưới thời Pháp thuộc. Tên gọi Gò Công là vì thuở xa xưa gò đất có nhiều chim công (khổng tước); tên Hán Việt gọi Gò Công là Khổng Tước Nguyên. Xin đơn cử vài câu ca dao về Gò Công:

Tay bậu vừa trắng vừa tròn
Qua về nằm ngủ, mỏi mòn đợi trông
Bậu về ở xứ Gò Công
Qua về Thành Nội nhớ mong tháng ngày

Chợ nào vui bằng chợ Gò
Tôm khô, cá trứng, thịt bò, thịt heo
Thật nhiều bánh ướt, bánh xèo
Bánh khô, bánh nổ, bánh bèo, liên lu

Đèn nào cao cho bằng đèn Châu Đốc
Gió nào độc cho bằng gió Gò Công
Thổi ngọn đông phong lạc vợ xa chồng
Đêm nằm nghĩ lại nước mắt hồng tuôn rơi.

Gò Công là vùng đất thiêng giáp biển, nơi có những công thần, nhân sĩ lưu danh thiên cổ:

- Đức Quốc công Phạm Đăng Hưng (1765- 1825) danh thần của nhà Nguyễn trong lịch sử Việt Nam. Ông là người ở Giồng Sơn Quy, thị xã Gò Công, là ông ngoại vua Tự Đức. Ông có 4 người con, trong đó có cô Phạm Thị Hằng, tức Từ Dụ hoàng thái hậu người đời quen gọi là Thái hậu Từ Dũ). Ở Sài Gòn có bệnh viện Từ Dũ xây dựng từ năm 1923 đến nay vẫn còn.

- Trương Công Định sinh năm 1820 tại xã Tịnh Khê, huyện Sơn Tịnh, Quảng Ngãi, là võ quan triều Nguyễn, thủ lĩnh chống Pháp giai đoạn 1859-1864 trong lịch sử Việt Nam.

Năm 1859, khi quân Pháp xâm chiếm Gia Định, tại Gò Công, ông đứng lên dựng cờ khởi nghĩa chống quân xâm lược, lấy "Đám lá tối trời" tại Gia Thuận, Gò Công làm căn cứ và giành được nhiều thắng lợi vẻ vang, làm nức lòng quân dân và được suy tôn là "Bình Tây Đại Nguyên Soái".

Ngày 20/8/1864, bị nội ứng làm phản chỉ điểm, giặc Pháp đánh úp căn cứ "Đám lá tối trời". Trong trận này, Trương Định sau khi anh dũng chiến đấu đến hơi tàn lực kiệt, đã tuẫn tiết để khỏi rơi vào tay giặc, năm ấy ông tròn 44 tuổi. Ngày nay trong dân gian vẫn còn câu ca truyền tụng Bình Tây Đại Nguyên Soái Trương Công Định:

Gò Công anh dũng tuyệt vời
Ông Trương "Đám Lá Tối Trời" đánh Tây.

- Thủ Khoa Huân tên thật Nguyễn Hữu Huân sinh năm 1830 tại huyện Chợ Gạo, thị xã Gò Công, tỉnh Tiền Giang. Năm 1852 dưới triều Tự Đức, ông đỗ Thủ Khoa kỳ thi Hương nên được gọi là Thủ Khoa Huân.

Khi Pháp chiếm ba tỉnh miền Đông Nam phần Biên Hòa, Gia Định, Định Tường ông từ bỏ nghề dạy học, cùng Võ

Duy Dương (Thiên Hộ Dương) chiêu tập đoàn quân nghĩa dũng đứng lên chống Pháp
Năm 1875, thất trận ở Chợ Gạo, Thủ Khoa Huân bị quân Pháp bắt tử hình tại Bến Tranh lúc ông 45 tuổi.

- Nhà văn Hồ Biểu Chánh (1884-1958) tên thật Hồ Văn Trung, tự Biểu Chánh, hiệu Thứ Tiên; quê ở làng Bình Thành, tỉnh Gò Công. Ông là một nhà văn tiên phong của miền Nam Việt Nam ở đầu thế kỷ 20 với trên 100 tác phẩm gồm nhiều thể loại: truyện ngắn, thơ, tuồng cải lương, hát bội, văn tế, tác phẩm dịch... Ông mất ngày 4 tháng 9 năm 1958 tại Phú Nhuận, Gia Định, thọ 74 tuổi.

- Nam Phương Hoàng hậu nhũ danh Jeanne Mariette Nguyễn Hữu Thị Lan sinh ngày 4/12/1914 tại Gò Công. Bà là hoàng hậu của Bảo Đại, hoàng đế cuối cùng của triều nhà Nguyễn. Nam Phương hoàng hậu cùng Bảo Đại hoàng đế có tất cả 5 người con:

- *Nguyễn Phúc Bảo Long, sinh ngày 4 tháng 1 năm 1936, tước phong Hoàng thái tử.*
- *Phương Mai công chúa, sinh ngày 1/8/1937*
- *Phương Liên công chúa, sinh 3/11/1938*
- *Phương Dung công chúa, sinh 5/2/1942*
- *Nguyễn Phúc Bảo Thắng, sinh 9/12/1943*

Tháng 8/1945 Hoàng đế Bảo Đại thoái vị, lưu vong tại Pháp. Tháng 1/1947 Nam Phương hoàng hậu rời Việt Nam sang Pháp sống cùng các con tại Perch, một ngôi làng cổ Chabrignac.

Tháng 9/1963 Nam Phương Hoàng Hậu tạ thế ngày tại ngôi làng này.

- Nhạc sĩ Lê Dinh tên thật Lê Văn Dinh sinh năm 1934 tại làng Vĩnh Hựu, Gò Công. Cuộc đời ông gắn bó với nền âm nhạc Việt Nam suốt 47 năm với nhiều ca khúc để đời. Lê Dinh mất năm 2020 tại Montreal, Canada.

- Phương Dung tên thật Nguyễn Phan Phương Dung sinh năm 1946 tại Gò Công, là nữ ca sĩ nổi tiếng với biệt danh "Nhạn trắng Gò Công" do thi sĩ Kiên Giang Hà Huy Hà tặng.

Di tích lịch sử:

- Đình Gò Tảo nằm ở xã Tân Đông, huyện Gò Công Đông, tỉnh Tiền Giang. Ngôi đình cổ kính có từ thời Minh Mạng, tuy đã xuống cấp trầm trọng nhưng được rễ cây bồ đề chằng chịt, len lỏi bao bọc lấy công trình khiến cho ngôi đình ngày qua ngày "trơ gan cùng tuế nguyệt".

- Nhà Đốc Phủ Hải: Năm 1860, bà Trần Thị Sanh (vợ anh hùng Trương Công Định) xây dựng ngôi nhà để ở, về sau truyền lại cho tới đời cháu là Huỳnh Thị Diệu và chồng là Nguyễn Văn Hải làm chức Đốc phủ sứ, nên có tên là nhà Đốc phủ Hải.

- **Nhà thờ dòng họ Phạm Đăng do** ông Phạm Đăng Tá (trưởng nam của Đức Quốc công Phạm Đăng Hưng) khởi công xây dựng vào năm 1888 (thời vua Thành Thái) mang đậm phong cách cung đình Huế.

- Di tích Lăng mộ và Đền thờ Trương Công Định được xây dựng theo lối kiến trúc giản dị, cổ xưa ở Gò Công nhưng nói lên sự tôn kính và ngưỡng mộ công đức của nhân dân địa phương đối với người anh hùng.
Ngoài mộ và đền thờ tại thị xã Gò Công, nhân dân còn lập một đền thờ để thờ Ông tại xã Gia Thuận huyện Gò Công Đông, nơi được gọi là "Đám lá tối trời" mà Trương Công Định và nghĩa quân từng làm căn cứ chống Pháp.

Cửa Cần Giờ

Hôm sau, đổ xăng, chăm nhớt, thay bu-gi (bougie), bơm bánh xe xong, chúng tôi từ giã Gò Công đi Cần Giờ. Có hai đường đi Cần Giờ - anh bạn thổ công nói - Một là từ chợ Gò Công chạy xuống cửa biển Tân Thành (nổi tiếng dưa hấu ít hột, ruột đỏ chét, ngọt thần sầu, thơm điếc mũi) đi tàu qua Đảo Khỉ hoặc Cần Thạnh coi như tới Cần Giờ. Hai là theo Quốc lộ 50 đi ngược về Cần Đước vòng vo tam quốc xong xuống phà Cần Giuộc qua sông Soài Rạp lên bờ nhắm Rừng Sác chạy miết một lèo là tới Cần Giờ.

Cà kê dê ngỗng một thôi một hồi hắn mới cười hề hề: "Nói dzui dzậy chớ kẹt lắm mới đi ngang Rừng Sác. Xui gặp "mấy ổng" là phiền đó đa. Thôi, mình quyết định đi đường tắt nghen, đại ca".

Nghe hắn nói đường tắt tôi tưởng gần, té ra hắn cong đít chạy trời ơi đất hỡi hết đường ngang nẻo dọc, tới dốc lên dốc xuống, qua cầu, qua sông chạy tiếp hết nửa ngày trời mới tới Cần Giờ. Nhưng cũng nhờ vậy tôi mới được một phen ngao du sơn thủy qua xã Tân Đông (có di tích đình Gò Táo), qua ấp Bà Lành, chợ Kiểng Phước, ấp Lăng xong tới ngư cảng Vàm Láng xuống phà qua sông Tiền Giang hướng ra biển là tới cửa Cần Giờ. (Xin mở ngoặc, đóng ngoặc để thưa một điều, rằng sở dĩ tôi nhớ rõ từng chi tiết như vậy là nhờ đi tới đâu tôi ghi vào sổ tay tới đó.)

Cần Giờ là một huyện ven biển, nằm ở phía Đông Nam thành phố Sài Gòn, cách Gò Công chừng 60km vòng vo theo Quốc lộ 50. Thập niên 60, ngoài các ngư dân mưu sinh bằng nghề chài lưới, hầu như ít người ở cũng như ít có khách nhàn nhã ghé qua.

Cần Giờ tuy là một huyện nhỏ, ít dân cư nhưng là nơi xảy ra nhiều sự kiện lịch sử bi hùng của nước Việt:
- Nguyễn Ánh bị quân Tây Sơn đánh bại (1777).
- Tàu chiến Pháp đầu tiên đánh thành Gia Định (1859).
- Một trong những địa bàn hoạt động chống Pháp của Bình Tây Đại Nguyên Soái Trương Công Định (1859-1864).
- Lực lượng Bình Xuyên trong thời kỳ chống Pháp (1945-1964).

Trước khi tới Cần Giờ, tôi có nghe nói biển Cần Giờ có ngọn hải đăng do người Pháp xây dựng nhằm giúp tàu bè tránh các bãi cạn để đi vào sông Sài Gòn. Khi chúng tôi tới tuy không thấy ngọn hải đăng nhưng tôi có đọc truyện ngắn Đèn Cần Giờ của nhà văn Bình Nguyên Lộc nói về ngọn đèn biển này. Ca dao có câu:

Đèn Cần Giờ đêm đêm sáng tỏ
Ghe lớn ghe nhỏ nhìn thấy rõ mà vào
Biết ai lòng dạ thanh cao
Để cho phận gái má đào gởi thân?

Biển Cần Giờ có độ dài khoảng 15km mang một vẻ đẹp hoang sơ, bình dị. Mỗi năm, bãi biển được bồi đắp một số lớn lượng phù sa từ sông Soài Rạp và sông Đồng Nai nên nước biển và bãi biển Cần Giờ luôn có màu đen. Đứng trước bãi cát đen này tôi khoan khoái ưỡn ngực hít thở mùi biển và để gió đánh tan bụi bặm đường xa, nhất là để biển gột rửa những hệ lụy trong đời.

Phóng tầm mắt nhìn ra khơi xa, những lượn sóng lớn dần, ì oạp tràn vào bờ. Tôi quen biết biển, lặn hụp với biển một thời gian dài, rồi xa biển cũng một thời gian dài. Khi gặp lại, hóa ra vùng biển thẳm vẫn tồn tại và sóng vẫn rạt rào đập trong tôi.

Đứng trước cửa Cần Giờ tôi mơ màng nhớ lại trận đánh Cần Giờ năm xưa. Cần Giờ trước kia thuộc Gia Định nên tàu chiến Pháp muốn tiến đánh thành Gia Định phải qua cửa biển Cần Giờ. Mà Cần Giờ đâu có phải là chốn không người. Dân quân Cần Giờ cũng như anh hùng Lục Tỉnh thời ấy đều một lòng đứng lên với dao, bầu, gậy, bẫy chống lại giặc thù.

Nói đến trận đánh Cần Giờ ngày 15 tháng 2 năm 1859 đến nay dân gian vẫn còn truyền tụng:

Giặc Tây đánh tới Cần Giờ.
Anh hùng Lục Tỉnh trương cờ thâu công.

Giặc Tây đánh tới Cần Giờ
Bậu đừng thương nhớ đợi chờ uổng công.

Lòng yêu nước và tình nghĩa Cần Giờ đã để lại trong ca dao cái đẹp của hình ảnh văn học đầy cảm xúc bền lâu, bất biến.

Nói cho cùng, tôi chẳng có duyên nợ gì với Cần Giờ. Thập niên 60, ngoài dân cư nghèo nàn, thưa thớt, Cần Giờ chỉ có biển và rừng cây đước, cây bần cắm sâu vào lòng đất mặn. Rủ anh bạn đồng hành ghé Cần Giờ chỉ để tôi… ôn lại lịch sử, nhớ lại những câu ca dao và cố tìm lại - một cách vô ích- những vết tích của trận đánh Cần Giờ giữa anh hùng Lục Tỉnh và quân Pháp đã xảy ra gần 200 năm trước.

Đoạn kết

Nghĩ cũng thắc cười. Ở đời có nhiều cái mới đó đã mất đó, gần đó đã xa đó. Như mới trưa hôm nào tôi ở Cần Giuộc, xế chiều lại có mặt ở Cần Đước, hôm sau lại giã từ Cần Đước đâm đầu về Gò Công, cuối cùng lại đứng trước cửa biển Cần Giờ. Cái tật của tôi đi tới đâu cũng rù rì rủ rỉ để lại đó "một chút gì để nhớ".

Cần Giuộc, quê nội tôi chẳng hạn. Ngoài phố nghèo nàn không nói làm gì, ở tuốt trong ngọn hễ có rạch là có cây cầu khỉ. Người ở núi như tôi xa Cần Giuộc lâu ngày mỗi lần có dịp về chơi, tôi theo nội vô ngọn thăm bà con, chòm xóm, thăm trời đất an nhiên, cây cỏ huê tình, lúc lần mò qua cầu khỉ, mười lần tôi trợt chưn té xuống rạch hết bảy.

Lần qua cầu khỉ lắc lư
Hồn quen rừng rú sặc sừ quá tay
Bởi xa Cần Giuộc lâu ngày
Đất lề quê thói cũng gầy guộc theo

Cần Giuộc đã vậy, Cần Đước cũng không thua gì. Khách đường xa ngồi cả buổi trong quán chợ vậy mà chẳng thấy "mùi hương Cần Đước" nào làm duyên làm dáng ngoe nguẩy đi qua.

Chèo qua Vàm Cỏ một chèo
Về ngang Cần Đước thì trèo lên cây

Nhà em ở chốn nào đây
Bờ lau gió phất bông lay trắng nhờ.

Người Gò Công không nói làm gì, khách đàng xa có dịp ghé vô chợ Dinh sẽ cảm nhận được nhiều điều. Chợ Dinh, ngôi chợ của làng Đồng Sơn những năm 1960 - 69 nghèo thấy mồ tổ. Xì xụp ăn tô cháo cá dứa chợ Dinh (Gò Công) ngon không thua gì bánh giá chợ Giồng (Vĩnh Bình), nhưng chợ chiều ở đây tôi nghe… hoa lá rụng buồn buồn (Sơn Nam).

Đạp xe vô chợ Gò Công
Chợ chiều vắng tợ lòng không người ngồi
Nghe con nhạn trắng kêu rồi
Gò yên chở cái bồi hồi trở ra.

Cần Giờ với lịch sử hình thành từ thế kỷ XVIII, hơn 300 năm, đã để lại trong tôi mấy lời cảm khái tưởng tiếc những bậc tiền nhân xả thân vì nghĩa lớn.

Ra đứng trước cửa Cần Giờ
Một trang lịch sử mịt mờ máu xương
Rì rào sóng vỗ cát dương
Biển già gột rửa vết thương anh hùng.

Giã từ Cần Giờ về Nhà Bè chúng tôi theo hướng tây bắc đi trên con đường độc đạo dài 21km qua cầu, qua sông, qua Rừng Sác, qua nhà dân lưa thưa, qua các đồn bốt lính Cộng Hòa… Chúng tôi cứ đi, đi mãi, như thể đi từ buổi sơ khai lăn bánh trên con đường lót phèn, ngập phù sa tràn từ dòng sông Lòng Tàu, Soài Rạp, Nhà Bè, băng băng trên đoạn đường đẫm màu xanh bất tận của cây rừng.

Đi trong nắng, gió và bụi, nhìn về xa xa phía trước mặt chúng tôi là Sài Gòn - Hòn Ngọc Viễn Đông...

NHÂN ẢNH

2025

Liên lạc tác giả

laongoan@gmail.com

Liên lạc Nhà xuất bản

han.le3359@gmail.com

(408) 722-5626

www.ingramcontent.com/pod-product-compliance
Lightning Source LLC
LaVergne TN
LVHW041658060526
838201LV00043B/485